முட்டைவாசிகள்

அப்துல் ரகுமான்

நேஷனல் பப்ளிஷர்ஸ்
2, வடக்கு உஸ்மான் சாலை,
(கோடம்பாக்கம் மேம்பாலம் அருகில்),
தியாகராய நகர், சென்னை - 600 017.
℡ : 2834 3385
Email : national_publishers@yahoo.com

முட்டை வாசிகள்

அப்துல் ரகுமான்

உரிமை © வஹிதா

முதற் பதிப்பு - ஜனவரி, 1995

ஏழாம் பதிப்பு - ஜூன், 2018

வெளியீடு

நேஷனல் பப்ளிஷர்ஸ்

2, வடக்கு உஸ்மான் சாலை,

முதல் மாடி, தியாகராயர் நகர், சென்னை-600 017.

தொலைபேசி : 044 - 28343385

அச்சிட்டோர்

நொவினோ ஆப்செட் பிரிண்டிங் கம்பெனி

சென்னை-600 005.

பக்கங்கள் : 160 (கிரவுன்)

விலை : ரூ. 90.00

ISBN: 978-93-87854-07-9

MUTTAIVASIGAL
Author : **Abdul Rahman**

Copy right © Wahida
First Edition - January, 1995
Seventh Edition - June, 2018

Publisher :
National Publishers
2, North Usman Road,
(Near Kodambakkam Overbridge)
T. Nagar, Chennai - 600 017.
✆ : 044 - 28343385

Printed by :
Noveno Offset Printing Company
Chennai - 600 005.

No. of Pages : 160 (Crown)

Price : Rs. 90.00

முகவரி

கணங்களின் சூறாவளி 17
ஒட்டுண்ணிகள் 25
புல்லாங்குழலின் புலம்பல் 31
முட்டைவாசிகள் 37
மர்ம நீர் 44
நாம் பின்னங்கள் 51
நதி பின்னால் திரும்பாது 54
வைகறைச் சாவி 60
கொற்றக் குடை 65
மின்மினிகள் 69
முள்ளை விதைத்தால் ரோஜா முளைக்கிறது 74
கலையாத கூடாரங்கள் 79
எட்டு வயது அதிசயம் 85
சொர்க்கப் பாதை 95
இன்றிரவு பகலில் 103
கல்லின் மைந்தர்கள் 109
செலாவணி ஆகும் நாணயங்கள் 116
இறைவன் இறந்துவிட்டான் 123
கறுப்பு வெளிச்சம் 127
அருகில் இருக்கும் தூரம் 134
கல்லறை வாசகம் 140
நட்சத்திர மொழி 145
கடுங்காப்பி 152

மறைந்த
டாக்டர் தி.லீலாவதி
நினைவாக

டாக்டர் தி.லீலாவதி

அஸ்வமேத யாகம்

மற்றுமொரு அஸ்வமேத யாகம்... வேள்விப் பீடத்தின் ஒரு பக்கத்தில் புறப்படத் தயாராய்ப் பிடரி சிலிர்த்து நிற்கும் பஞ்ச கல்யாணிக் குதிரை... தாவி ஏறத் துடித்து நிற்கும் இராஜகுமாரன்! இன்னொரு பக்கம், மற்றொரு பக்கம், பெரும்பாலும் எல்லாப் பக்கங்களிலும் ஆயிரம் ஆயிரம் மரக்குதிரைகள். ஆடும் மரக்குதிரைகள் ஆடிக்கொண்டேயிருக்கின்றன. ஏறி அமர்ந்து ஆடும் எண்ணற்ற இளவரசுகள்! சுற்றிச் சுற்றி, சுற்றிய இடத்திலேயே திசைப் புறப்பாடுகள். எதையும் அறிய முடியாது போனாலும், எல்லாம் அறிந்ததான வீரப் பிரதாபங்கள். வேள்வியின் விளைவுகளாய் நினைத்துக் கொண்டிருப்பது இந்திரப் பதவிகள் - விண்ணை மண்ணில் அளக்கின்ற

வாய்ச்சொல் அலங்காரங்கள் - தனக்குத் தானே சூட்டிக்கொள்ளும் மகுட மகிமைகள்...

இப்போது உண்மையிலேயே பஞ்ச கல்யாணியில் இராஜகுமாரனின் பட்டணப் பிரவேசத் தொடக்கம் - மலைகள், நதிகள், சமவெளிகள், நகரங்கள், நாடுகள், மொழிகள், மக்கள், நாகரிகங்கள் - திரும்பி வந்த பாட்டை தோறும், அடியெடுத்து வைத்த இடமெல்லாம் பூக்கும் புது மலர்கள். நினைக்கும் போதெல்லாம் கனியும் சுகானுபவங்கள். ஞாலம் அளக்கின்ற சிந்தனை வீச்சுக்கள்... தமிழுக்குப் புதிய இந்திரப் பதவி - தன்னைப் புதுப்பித்துக் கொள்ளும் மலர்ச் சிலிர்ப்பு - எண்ணச் சிதறல்களில் ஒளிவிடும் அர்த்தப் பதங்கள் - பத்ங்களில் நடமிடும் ஒலிச் சொல்லுக் கட்டுக்கள் - சொற் கிண்கிணிக் கோலங்கள்.

மெதுவாக மரக்குதிரையாட்டக்காரர்கள் பக்கமிருந்து, ஆயிரம் ஆயிரம் பார்வையாளர்களின் அசைவுத் திருப்பல்கள்; வியப்பில் மின்னிய விழிகளில் தெறிக்கும் மகிழ்ச்சிப் பூக்கள். எப்போதாவது ஒரு முறை அசைந்து, அதிர்ந்து தலை இறங்கும் கூட்டம் மீண்டும் அசையத் தொடங்கிவிட்டது. பஞ்ச கல்யாணிக் குதிரைக் குளம்படி அதிர்வில் நிமிர்ந்து எழும் கூட்டம்.

ஒரு வாரப் பத்திரிகையில் நூறு வாரங்களாக நடத்திய ஞான வேள்வியின் திசைப் புறப்பாட்டில் வாரிக் கொணர்ந்த அழகுக் கவிதைச் செல்வங்களைக் கோத்து மீண்டும் நூல் வடிவில் காண்பது மிகவும் மகிழ்ச்சி தருகிறது.

கல்லையும், மண்ணையும் காணாத காலங்களில் வாளையும் எடுத்துக் கொண்டு வலம் வந்ததாகச் சொல்லப்படும் குடிப் பெருமையின் இராச பாரம்பரியங்களைப் பாடிப்பாடி, பரணியே தேய்ந்து ஓய்ந்த வேளைகளில் ஒரு மாற்றமாகப் புதிய குடிமரபு உருவாக்கும் முன்னுரிமை கொண்ட கவிஞர் மரபு வளரும் காலம் இது. சொந்தக் கவித்துவப் பூரிப்புகளில் பலமும் உண்டு; பலவீனமும் உண்டு. புதிய படைப்புகள்,

புதிய வரவுகள்தான். ஆனால் படைப்பவன் படிப்பவனாக இருக்க வேண்டியதில்லை என்ற பலவீனம் பார்வையின் எல்லைகளைச் சுருக்கி விடுகிறது. கவிஞர் ரகுமானிடம் இந்த பலவீனம் இல்லை. கவிக்கோ பட்டங்கள், டாக்டர் ஆலவட்டங்கள், கவியரசு வெண்சாமரங்கள் இவற்றுக்கிடையில் தடுமாறாது, தன்னை உணர்ந்து தான் உணர முன் வந்து உணர்ந்ததை அறிமுகப்படுத்தி அள்ளக் குறையா அமுத சுரபியாய் அவர் வழங்கியதைத் தான் ஜூனியர் விகடன் எடுத்துத் தந்து பெருமை கொண்டது. முத்தெடுக்கப் போய் வெற்றுச் சிப்பி திரட்டும் வீண் வேலையில்லை இது. ஆங்கிலப் பலகணி வழியாகப் பார்த்து, உருதுத் திரையினை விலக்கி, ஹிந்திச் சாளரம் திறந்துவைத்து தமிழ்ப் படிக்கட்டுகளில் ஏறி, எத்தனை எத்தனை அழகுப் படைப்புகளை அறிமுகப்படுத்தி விட்டார்!

இவர் டாக்டர் பட்ட ஆய்வுப் பணியில் ஈடுபட்ட காலங்களில் என் போன்றோரைச் சாடுவார். தன் கவித்துவ ஊற்றுக் கண்ணையே அடைப்பதுபோல, ஆய்வுப் பார்வையில் உணர்வுகள் அடங்கிக் கிடப்பதைச் சொல்லிக் கோபப்படுவார். ஆனால், அறிவு உழவின் விளைச்சல் எத்தனை மகத்தானது என்பதை இவருடைய கட்டுரைகளே இப்போது நிரூபித்துவிட்டன.

கவிஞர்கள், உரைஞர்களாய்த் திறனிகளாய் நுழைந்து புறப்படுகையில் கவிதை விளக்கங்களே கவிதைகளாகி விடுகின்றன. கவிதையில் மலரும் கவிதை இது! கவிஞன் உள்ளத்தைக் கவிஞன் உணரும் வேளைகளில் நேசபாவனையும், இதயத்தைச் சென்று தடவும் அன்புப் பரிமாற்றங்களும் அர்த்தமாகின்றன. கவிஞன் காலத்தின் நிழலாகச் செயற்பட்டால் வந்த சுவடு தெரியாமல் மறைந்து போவான். அவன் காலத்தின் குரல். ஒடுக்கப்பட்ட இனத்தின் சங்கநாதம். சமுதாய ஆன்ம சங்கீதம். மொழிகள் அவனுக்குத் தடைச் சுவர்களில்லை. மனித நேயமே

உயிரும், உயிர்ப்புமாய் ஒலிக்கும். அதனால்தான் பாப்லோ நெரூடாவையும், பிரான்ஸிஸ் தாம்ஸனையும், அய் - குங்கையும் நம் உறவுகளாக அங்கீகரிக்க முடிகிறது. நம் இதய தாபங்களை, ஆன்ம விசாரங்களை, அநுபவ வேதனைகளைப் பிரெஞ்சு மொழியும் எடுத்துச் சொல்லும். சீனமொழியாலும் விளக்கிக் காட்ட முடியும். இன, சமய, மொழி, நிற பேதங் கடந்த இந்தக் கவிதை உலகம்தான் எத்தனை உன்னதமானது!

கவிஞர் ரகுமானின் கவிதை பேசும் எழுத்தாணி, உலகக் கவிஞர்களின் படைப்புகளுக்கு உரைவிளக்க வடிவம் கொடுக்கும் இந்த 'முட்டை வாசிகள்' வரிசையில் எதனைப் பாராட்டுவது? எதனை விடுவது? தேர்ந்தெடுத்துத் தீட்டிய உரை ஓவியங்கள் இவை. மனத்தை உருக்கும் கீதங்கள்; சிந்தனையைத் தட்டி எழுப்பும் சொல் வடிவங்கள்.

கவிஞர்களை அறிமுகப் படுத்தும் விதம், அவர்கள் படைப்புச் சூழல், படைப்புகளின் அடிநாத ஒலியைத் தட்டி எழுப்பிக் கேட்க வைக்கும் திறன் இவற்றிலெல்லாம் ஒரு கைதேர்ந்த கலைஞனின் செய்வினை நேர்த்தியைக் காண முடிகிறது. வெறும் பதவுரைப் பிரிப்பாகவோ, பொழிப்புரைத் தொகுப்பாகவோ, மொழிக்கு மொழி பெயர்க்கும் உயிரில்லா மொழி பெயர்ப்பு ஆக்கமாகவோ, அன்றி நயங்கண்டு, நயங்கண்டு உருகும் புனைவுத் தடத்தின் பழகிய பழைய நடைப்போக்காகவோ அமையாததே இத்தொகுதியின் அடிப்படை பலமாகிறது.

கவிஞர்களின் எண்ணப் போராட்டங்களை உணர்த்தும் முறையிலேயே கவிஞர், தம் விளக்க முத்திரைகளை ஆங்காங்கு ஒரு கவிதைச் சிமிழில் அடக்கிக் காட்டும் சொற்புனைவுகள் அவருக்கு ஒரு 'சபாஷ்' போட வைக்கின்றன.

'புல்லாங்குழலின் புலம்பலில்'

'உண்மையான படைப்பு கவிஞனால்

செய்யப்படுவதில்லை; அது கவிஞன் வழியாகப் பிறக்கிறது.'

'மகிழ்ச்சி இதய சமுத்திரத்தின் மேலோட்ட அலையாட்டம்; அந்த சமுத்திரத்தின் ஆழம் அமைதியான சோகத்தில் இருக்கிறது. அங்கேதான் மனிதன் தன்னைக் கண்டெடுக்கிறான்.'

'புல்லாங்குழலின் இசை என்பது என்ன? அதன் புலம்பல் தானே? சோகம்தான் சுகானுபவ இசையாகிறது.'

என்று வரும் இடங்கள் கவிஞர் ரகுமானை இனங்காட்டும் முத்திரை இடங்கள். 'சோகமான எண்ணங்களைச் சொல்லுபவையே எங்கள் சுவையான பாடல்கள்' என்னும் ஷெல்லி இங்கு இன்னும் சிறப்பான முறையில் விளக்கம் பெறுகிறான். இந்த வரிசையிலேயே என்னை மிகவும் உருக்கிய பகுதி 'புல்லாங்குழலின் புலம்பல்' தான்.

பிரான்ஸிஸ் தாம்ஸனை நானும் அறிவேன். ஒரு தத்துவக் கவிஞனாகப் பார்த்த போது (அப்படித் தான் பார்க்க முடிந்தது) கவித்துவ அழகுகள் கண்ணில் படவேயில்லை. இப்போது, இன்னும் ஒருமுறை, 'ரகுமான் பார்வையில்' அவனைக் காணும் ஆசை எழுகிறது.

> "ஒரு சிறு பூவை
> நீ அசைத்தால்
> ஒரு நட்சத்திரம்
> அணைந்து போகலாம்"

"தெய்வமே? இனி, பூக்களை எப்படித் தொடுவது?" இந்த இடத்தைப் படித்து முடித்தவுடன் ஏற்பட்ட உணர்வைச் சொல்லில் வடித்துச் சிறுமைப்படுத்த முடியாது. "பார்க்கின்ற மலரூடு நீயே இருத்தி" என்று அப்பனிமலர் பறிக்கவும் அஞ்சித் தயங்கிய தாயுமானவ அருட் குரலின் ஆழத்தை இங்குக் கண்டேனா? இல்லை, வாழ்வுச் சோகங்களை,

> "**இறைவன் உயர்த்திய
> அபயக் கரத்தின்
> நிழல்**"

என்று உணர்ந்து மறுபடியும் வாழத் தெம்பு கொடுக்கும் அறிவுத் தெளிவைப் பெற்றேனா? 'எனை நான் என்பது அறியேன். என் உணர்வு இன்னதென்றும் உணரேன்.' அவ்வளவுதான். விளக்க உரை கூட இப்படி ஆட்டிப் படைத்து அசத்தி விடும் என்றால், ரகுமானே! இனி, கவிதைகளை யார் படிப்பது?

'மனிதன்தான் மனிதனுக்குப் புனிதமானவன்' என்றார் அரவிந்தர். மனிதன் கடலை விடப் பரந்தவன். கிணற்றுக்குள் செல்வதைப் போலச் சென்று அவனை ஆழங் காண வேண்டும். கண்டு 'மர்ம நீரை' முகந்து கொணர வேண்டும். மானுட இதயத்தைத் தொட்டுணர நெரூடாக் கவிஞன் செய்த முயற்சியினைத்தான் நம் கவிஞர் 'மர்ம நீராய்' வார்த்துத் தருகிறார். நெரூடாவின் வாழ்க்கைப் பூசல்கள் கவிதை வாயிலைத் திறந்த கதையைச் சுவையாகச் சொல்கிறார். அதனால் பாப்லோவைப் புரிந்து கொள்வதில் நமக்கு எந்தச் சிரமமுமில்லை.

"நெரூடாவுக்குப் பேச்சு என்பது வெறும் சப்தம் மட்டுமல்ல, மௌனமும்தான். அதனால்தான் அவர் பேச்சு ஆழமாக இருக்கிறது; அழகாக இருக்கிறது" எனக் கவிஞரின் பேச்சு மொழியையும் பேசா மௌனக் கவிதை மொழியையும் இனங்காட்டுகிற போது "பேசுவதால்தான் நாமும் இருக்கிறோம்" என்று நெரூடாவோடு நம்மையும் ஒப்பிட்டு நிமிரத் தோன்றுகிறது. உடனே நம் பேச்சுக்கள் ஏன் கவிதையாகவில்லை என்ற கேள்வியும் எழுகிறது. பேச்சு, பேச்சாக மட்டும் இருந்தால் போதாது - தன்னைப் பற்றிய பேச்சாக இல்லாமல் மனிதனைப் பற்றியதாக அல்லவா அது இருக்க வேண்டும்? அங்குதானே ஆழமும் அழகும் தோன்றும்? மனிதரைப் பற்றிய நேசபாவப் பேச்சுத்தான் கவிதை. பாப்லோ நெரூடா மக்கள் கவிஞரானதும்

இதனால்தான்.

கவிஞர் ரகுமான் பெண் கவிஞர் ஒருவரையும் தரிசிக்க வைக்கிறார். டேனியல் ஸ்டீல் நம்மைச் சின்ன பின்னமாகச் சிதற அடித்து உண்மையைப் படம்பிடித்துக் காட்டும் போது, வாழ்வு குறைபட்டதுதான்; ஆனாலும் குறையில் நிறை காணும் பெரிய மனம் வேண்டும் என்ற உட்குரல் ஒலியைக் கேட்க முடிகிறது. கவிஞர் ரகுமான் இவர் கவிதைக்கு விளக்கம் தரும் உரைவீச்சுக்கள், பல கவிதைகளுக்கான மூலங்களாக வரிசையிட்டு நம்மைப் பாதிக்கின்றன. பகல், இரவு, மயில்இசை, குயில்அழகு, பொன்னகை, புன்னகை என்ற முரண்பாடு சேர்க்கைகளால்தான் உலகம் உயிர் பெற்று உலவுவது புரிகிறது. கலைஞனின் மூலதனமே இம் முரண்பாடுகள்தானே! சமன்பாடுகள் சாதிக்க முடியாததை முரண்பாடுகள் முடித்துக் கொடுத்து விடுகின்றன.

அன்றியும் இம் முரண்பாடு பூசலில் மிஞ்சுவது பெருமூச்சுக்கள்தான் என்று கூறி, ''பெருமூச்சு! மனிதப் புல்லாங் குழல்களில் பாடும் காற்று. ராகம் வெவ்வேறாக இருக்கலாம். ஆனால் காற்று ஒன்றுதான்'' என வாழ்க்கைத் தத்துவ இலக்கணம் வரையறை செய்யும் கவிஞன் ரகுமானின் சிந்தனை வீச்சு என்னை பிரமிக்க வைக்கிறது. கவிஞன் எப்போதும் தத்துவ ஞானியாகத்தான் இருக்க முடியும்!

> ஒவ்வொரு வீட்டிலும்
> மூன்றில் இரண்டு
> நாம் இருவருமே
> முழுமை இல்லை

குறைபாடுகளில்தான் வாழ்வே முழுமை பெறுகிறது போலும். இம்முரண்பாட்டுச் சுகம் வாழ்க்கையின் அர்த்தத்தைப் புரியவும் வைக்கிறது.

''காதல்தான் கிழக்குக்கு வெளிச்சத்தைத் தருகிறது. நாளுக்குக் காய கல்பத்தைத் தருகிறது. இயற்கைக்கு

இயக்கத்தைத் தருகிறது. ஆனால் இவ்வளவும் செய்கிற காதல் ஒன்றும் அறியாதது போல் உறங்கிக் கிடக்கிறது'' என்கிறார் கவிஞர் ரகுமான். ஆஸ்திரேலியக் கவிஞர் ஜேம்ஸ் மெக்காலேயிடமிருந்து 'வைகறைச் சாவி'யை வாங்கி வந்து 'அந்தரங்க அறை'யைத் திறந்து 'ஆதலினால் காதல் செய்வீர் மானிடத்தீர்' என்று மீண்டும் புனிதக் காதலுக்குப் பூபாளம் பாட வைக்கிறார். இந்தத் தொகுதி வரிசையின் கனமான சிந்தனைகளுக்கு இடையில் மிதமான, மென்மையான உணர்வுப் பூக்களை மெல்லென மலர வைக்கும் கவிதை விளக்கம் 'வைகறைச் சாவி.'

கவிஞன் ஆகாசத்தில் கோட்டை கட்டியும், அந்தரத்தில் மாயச் சிறகு கொண்டும் பறப்பவன் அல்லன். விண்ணை முட்டும் கற்பனைக் கனவுகளுக்கும் மண்ணில் காலூன்றி நின்றுகொண்டு வடிவும் வண்ணமும் கொடுப்பதால்தான் மக்களிடம் செல்வாக்குப் பெற முடிகிறது. சமுதாயப் பரிவுடைய கவிஞருக்கு, காலப் பொய்ம்மைகளும் பூசல்களும், கொடுமைகளும், ஏற்றத் தாழ்வுகளும் நெஞ்சக் கனலில் நெருப்பிட்டுப் பற்றவைக்கின்றன. அக்கினி மலர்களுக்கு அர்த்தமுள்ள கவிக்கோலம் புனைந்து மக்களின் உணர்வுகளைத் தட்டி எழுப்ப முடிகிறது. அய்-குங் கவிஞரின் 'கொற்றக் குடையில்' இந்தச் சமுதாயப் பார்வை வீச்சு மிக ஆழமாகவே பதிந்துள்ளது. கவிஞர் ரகுமானின் பொருள் பொதிந்த விளக்கம் சிந்திக்க வைக்கிறது. 'சோஷலிசக் கவிதைத் தொகுதி' வெளியீட்டு நாளிலேயே அதைப் பெற்றுப் படித்த காலத்தில் இருந்து என்னைக் கவர்ந்து சிந்திக்க வைத்த, வைக்கிற - கவிதை இது. இன்னும் இதன் அர்த்த தள விரிவுகள் என்னை அயர வைக்கின்றன. கவிஞர் ரகுமான் இக்கவிதை வழி மனிதனின் அநாதரவு நிலையைச் சுட்டுவது கவிதைப் பொருண்மையின் உண்மை விளக்கமாகிறது.

''நாம் குடைகளைப் பார்க்கிறோம். மழைக்குப் பிடித்தால் குடைகளே மழை பொழிகின்றன. வெயிலுக்குப் பிடித்தால்

நெருப்பைச் சொரிகின்றன. அய்-குங்குக்குக் கிடைத்த குடை நமக்குக் கிடைக்குமா?'' கவிஞரின் ஏக்கம் புரிகிறது. என்றோ ஒரு நாள் அந்தக் குடை நம் கையில் கிடைக்காமலா போகும்? காத்திருப்போம்.

பாய்ஜூயிக் கவிஞனின் 'ஒட்டுண்ணி'களும் மகத்தான மக்கள் ஆட்சி மலரும் என்ற எதிர்பார்ப்பினைத்தான் சொல்ல வருகிறது. 'மக்களை மதித்து ஆளுவோர் நடக்கும் காலம் வருமா?' என்று கேட்கிறார் கவிஞர் ரகுமான். அவருடன் சேர்ந்து நாமும் கேள்வி கேட்டுப் பெருமூச்சு விட்டு நிற்பதைத் தவிர இப்போதைக்கு வேறு வழியுண்டா?

சமுதாயம் மாறி வருகிறது. புதுப் பாதை போடும் மிடுக்கில் பழைய பாட்டையின் பயன்பாட்டையும் மறந்தவர்கள் நாம். எல்லோரும் பஸ்மாசுர வரம் பெற்று விட்டோம். மோகினி ஆட்ட மோதல்களில் நம் தலையில் நாமே கை வைத்து எரியப் போகிறோம். இந்த நெருப்பு விளையாட்டைத்தான் ஹங்கேரியக் கவிஞனின் 'நதி பின்னால் திரும்பாது' சொல்லுகிறதோ?

'மாற்றம் என்பது மனித சரித்திரத்தின் மகத்தான அவல நாடகம். மனிதன் அதில் பாத்திரமாகவும் பார்வையாளனாகவும் இருக்கிறான்' என்று கவிஞர் ரகுமான் கூறும் போது அவல நாடகத்தின் முடிவைக் கணித்து விடுகிறோம். தாயின் பாசக் குரலையும், தவிக்கும் மகனின் ஓலத்தையும் பெரன்ஸ் யுஹாஸின் ஹங்கேரிய மூலத்தில் படித்து நம்மால் உணர முடியாது. காரணம் மொழிச் சிக்கல். ஆனால் கவிஞர் நம்மை உணர வைத்து விட்டார்.

'கணங்களின் சூறாவளி' பற்றி ஒரு வார்த்தை. ஒரு கவிதை உருவாகும் கதை நமக்குப் புரிகிறது. 'வாழ்க்கையையே கவிதையாகப் பார்த்த' ஸெண்ட்ரார்ஸ் கவிதை வழி நம் பார்வை கூர்மையாக்கப்படுகிறது.

இந்தத் தொகுதியின் எல்லாக் கவிதைகளுமே 'சஹ்ருதயம்'

கொண்ட கவிஞனின் சிறந்த சேவைகள். சுவைக்கத் தெரிந்த மனம், தேர்ந்து சுவைத்தவற்றைப் பலருடன் பரிமாறிக் கலந்து மகிழவும் தெரிந்து வைத்துள்ளது.

ஜெர்மானியக் கவிஞர் குண்ட்டர் க்ராஸின் ‘முட்டைக்குள்’ கவிதை நம்மை மூச்சுத் திணற வைக்கிறது. அடைபட்டுக் கிடப்பது தெரியாமல் இருந்தோம். இப்போது உணர்த்திய பின் நிலைமை புரிகிறது. உள்ளே சிறைப்பட்டுக் கிடந்தாலும் நம் புத்தி நம்மை விட்டுப் போகவில்லையே! அங்கேயும் நம் ஊமைக் குறும்புகள். நமக்கு விடுதலை எப்போது? இயல்பாகவும் விடுதலை கிடைக்கும். செயற்கையாகவும் வெடித்து வெளியே வரவும் தெரியும். ஆனாலும் வெளிச்சம் கண்ட பின்பும் நம் இருட்டுப் போகவில்லையே? உள்ளே கிறுக்கியவர்கள் இப்போது பெரிதாகக் கிறுக்கத் தொடங்கிவிட்டோமே. ஆமாம். இந்த இரண்டு வகையிலும் விடுதலை இல்லையென்று வைத்துக் கொள்ளுங்கள். சந்தேகம் பயம் தருகிறது.

ஓட்டுக்கு வெளியே இருக்கும்
அந்த யாரோ ஒருவர்
பசி வந்து
நம்மை உடைத்துக்
கொஞ்சம் உப்போடு
வாணலியில் போட்டுவிட்டால்?

கிண்டலாகவா இருக்கிறது? நியாயமான சந்தேகம் தானே. கவிஞர் கேட்கிறாராம்.

முட்டைக்குள் இருக்கும்
என் சகோதரர்களே
அப்போது நாம்
என்ன செய்யப் போகிறோம்?

முட்டைவாசிகளை இனம் கண்டு ‘நம் கண் இன்னும் திறக்கவில்லை. சிறகுகள் முளைத்தும் அவற்றை அசைக்க முடியவில்லை. அடைபட்டுக் கிடக்கிறோம்’ என்று கவிஞர்

ரகுமான் நம் நிலைமையை நன்றாகவே விளக்கி விடுகிறார். இந்தக் கவிதையை நமக்கு அறிமுகம் செய்து புண்ணியம் கட்டிக் கொள்பவர் அவர். ஆம். நம் நிலைமை புரியாமல் நாடகமாடிக் கொண்டிருக்கிறோம். க்ராஸின் கவிதை ஓர் எச்சரிக்கை அல்லவா? புது உலகம் படைக்கும் பேராசையில், இருக்கும் உலகையும் கோட்டை விட்டாலும் வியப்பதற்கில்லை. அதற்கும் நம்மை நாமே உணர வேண்டும்தானே. மனிதனைப் புரிய வைக்கும் இந்தப் பொருள் பொதிந்த கவிதையைக் கவிஞர் ரகுமான் தந்து சிந்திக்கச் செய்கிறார்.

அப்துல் ரகுமானின் 'முட்டைவாசி'களுக்கு முன்னுரை எழுதும் வாய்ப்பு எனக்கு எப்படிக் கிடைத்தது? மதுரை தியாகராஜர் கல்லூரித் தமிழ் ஆலமரத்தின் விழுதுகள் நாங்கள். கவிஞர் மீராவும், கவிஞர் ரகுமானும் என்னுடன் முதுகலை படித்த சகோதரர்கள் என்பதில் எனக்குப் பெருமை. இன்று ரகுமான் தழைத்து நிற்கும் தனி ஆலமரம். அவர் நிழலில்தான் எத்தனை கவி விழுதுகள்! சந்தக்கவி பாடிய ரகுமான் என்னுடன் படித்த காலத்தைச் சார்ந்தவர். புதுக்கவிதை மரபு கண்ட கவிக்கோ உங்களுக்கெல்லாம் அறிமுகமானவர். இன்று, 'உரைஞராக' விசுவரூபம் எடுத்து உலகைச் சுருட்டி வந்து உங்கள் முன் வைக்கும் ரகுமான் தமிழுக்குப் புதுத்துறை வகுக்கும் ஆய்வாளர். கவிதை எழுதிய கரம், கவிதை பற்றி எழுதுகிறது. தமிழுக்குப் புதிய வளம் சேர்க்கிறது. என்னைப் போன்ற திறனாய்வாளர்கள் பிழைப்பில் அல்லவா கை வைக்கிறார் என்று நினைத்துப் பார்க்காமல் இருக்க முடியவில்லை. ஆனால் கவிஞர் பார்வை கலைப் பார்வை அல்லவா?

கவிஞரே! மீண்டும் குதிரையில் ஆரோகணித்துத் திக்குகளை நோக்கிச் செல்லும் திசைப் புறப்பாடு தொடரட்டும்!...

☆

அப்துல் ரகுமான்

முட்டை வாசிகள்

கணங்களின் சூறாவளி

இருபதாம் நூற்றாண்டின் தொடக்கம். பிரான்ஸில் கலை இலக்கியத் துறைகளில் புதுப் புது அலைகள் தோன்றிப் புரட்சி செய்துகொண்டிருந்த நேரம். அபோலினேர் இந்தக் கால கட்டத்தை 'ஆச்சரிய யுகம்' என்று அழைத்தார்.

இந்த யுகத்தில் அபோலினேர், மாக்ஸ் ஜேகப் ஆகியோர்களுடன் இலக்கியத் துறையில் நவீன இயக்கத்தைத் தோற்றுவித்தவர்களுள் ஒருவர் ப்ளெய்ஸ் ஸெண்ட்ரார்ஸ் (Blaise Sendrars).

வாழ்க்கை, கலை இரண்டும் ஸெண்ட்ரார்ஸுக்கு வேறு வேறல்ல; ஒன்றே. இரண்டிற்கும் அவர் ஒரே

விளக்கத்தைக் கூறினார்:

பிரபஞ்ச வெளியில்
கணங்களின் சூறாவளி

ஸெண்ட்ரார்ஸ் தம் பதினைந்தாவது வயதிலேயே பெற்றோர்கள் அடைத்து வைத்திருந்த சிறையிலிருந்து தப்பிக்க ஐந்தாவது மாடியிலிருந்து குதித்து ஓடியவர். அவர் கவிதைகளும் அவரைப் போலவே இருக்கின்றன.

ஸெண்ட்ரார்ஸின் முன்னோர்களைப் பற்றிக் கூறும் போது ஒரு திறனாய்வாளர் அவர்களை 'மனிதாபிமான நாடோடிகள்' என்றார். ஸெண்ட்ரார்ஸுக்கு அந்தப் பரம்பரைக் குணம் அதிகமாகவே இருந்தது. பயணத்தையே அவர் வாழ்க்கை ஆக்கிக் கொண்டார். முதல் உலகப் போரில் அவர் தம் வலக்கையை இழந்த பின்னும் ஒற்றைக் கையாலேயே கார் ஓட்டிக்கொண்டு திரிந்திருக்கிறார்.

அவர் கரைகளை வெறுத்த காட்டாறு. நிற்பதோ, தேங்குவதோ அவருக்குப் பிடிக்காது. எழுதுவதற்காக ஓரிடத்தில் உட்கார்ந்திருப்பதைக் கூட அவரால் தாங்க முடியவில்லை.

> ஆபத்துக்களை ரசிப்பவன் நான். அடைபட்டுக் கிடப்பது எனக்குப் பிடிக்காது. அகண்ட பிரபஞ்சத்தின் அழைப்பை என்னால் மறுக்கவே முடிந்ததில்லை. எழுதுவது என்பது என் இயல்புக்கே முற்றிலும் மாறானது. வெளியே வாழ்க்கை இயங்கிக் கொண்டிருக்கும்போது நான்கு சுவர்களுக்குள் அடைபட்டுக் கொண்டு காகிதத்தைக் கறுப்பாக்குவது எனக்கு மிகுந்த வேதனை அளிக்கிறது. காரின் ஒலிகளையும், தொடர்வண்டியின் சீழ்க்கைகளையும்,

கப்பல்களின் சங்கோசைகளையும்
கேட்கும்போது நான் பார்க்க முடியாமல்
போன தேசங்களை நினைத்து ஏங்குகிறேன்/

என்று ஓரிடத்தில் தம் இயல்பை வெளிப்படுத்தியிருக்கிறார்.

ஆபத்தான சாகசச் செயல்களில் ஈடுபடுவதை அவர் மிகவும் விரும்பினார். அவற்றைச் 'செயற் கவிதை' என்று அவர் அழைத்தார். ஆனால் வாழ்க்கை முரண்பாடுகளால் புதுப்பிக்கப்படுவது என்பதையும் அவர் உணர்ந்திருந்தார். எனவே அவர் கவிதைகள் எப்போதும் இரு துருவங்களுக்கு இடையே நடை போடுகின்றன.

புனைபெயர் பலருக்கு முகமூடி; தங்களை மறைத்துக் கொள்வதற்கு. ஆனால் ஸெண்ட்ரார்ஸுக்கு அது முகவரி. அவர் புனைபெயர் அவருடைய வாழ்க்கை, கலை பற்றிய தத்துவப் பிரகடனம். Braise Cendrart என்ற புனைபெயரைத்தான் அவர் பின்னால் கொஞ்சம் மாற்றிக் கொண்டார். தணல், சாம்பல், கலை என்ற மூன்று சொற்களின் இணைப்பில் உருவானது இந்தப் பெயர். இந்தப் பெயருக்குக் காரணமான அவரது இலக்கியக் கோட்பாட்டை அவர் இவ்வாறு விளக்குகிறார்:

எழுதுவது என்பது ஒரு நெருப்புக் குளியல். எழுத்துத் தீ, கருத்துக்களின் பெருங் குழப்பத்தை மேலே உயர்த்தி, படிமங்களின் கூட்டத்தைப் பிரகாசமாக எரிக்கிறது; அவை சடசடக்கும் தணல்களாக, உதிரும் சாம்பலாக மாறும்வரை. ஆனால் இந்தத் தீயின் தன் விருப்பம் போல் எரியும் குணம் மர்மமானது. எழுதுவது என்பது உயிரோடு எரிவது. ஆனால் அதே நேரத்தில் சாம்பலிலிருந்து

மீண்டும் பிறப்பதும் ஆகும்.

எழுத்தில் ஆழத்தையும் ஒளியையும் நாடியவர் ஸெண்ட்ரார்ஸ். ஆனால் அவற்றை அடைவது அவ்வளவு எளிதானதல்ல என்பதை அவர் ஓர் அழகான படிமத்தின் மூலம் விளக்குகிறார்:

> எழுதுவது என்பது ஒரு சுரங்கத் தொழிலாளியைப் போல், நெற்றியில் பொருத்திய விளக்கோடு சுரங்கத்தின் ஆழத்திற்குள் இறங்குவதாகும். அந்த விளக்கின் தெளிவற்ற ஒளி ஒவ்வொரு பொருளையும் உருமாற்றிக் காட்டக் கூடியது. அதன் சுடர் எப்போதும் வெடிக்கும் ஆபத்திலிருப்பது. கரித் தூசியில் அதன் இமைப்பொளி கண்களை அரித்துச் சிதைக்கக் கூடியது.

கவிதையில் ஒரு புதிய உத்தியைக் கையாண்டதன் மூலம் ஒரு புதிய இலக்கிய வகையை உண்டாக்கியவர் ஸெண்ட்ரார்ஸ்.

ஸெண்ட்ரார்ஸின் கவிதைகளில் முதன்மையாகச் செயல்படுவது உடனிகழ்வு (Simultaneity). இது திரைப்படக் கேமரா, காட்சிகளை வரிசையாகப் படம் பிடிப்பது போன்றது.

ஒரு காட்சி பார்வையில் பட்டவுடன் எழுத்தில் உடனடி வடிவம் கொள்கிறது. அந்தக் காட்சி பார்வையில் பட்டு மறையும் நேரம்தான் எழுத்திலும் தோன்றி மறையும். இம் முறையால் காட்சிகளின் கூறுகள் அதே அளவில் அதே அழுத்தத்தில் கவிதையில் காட்டப்படுகின்றன. மதிப்பீடு, காலம் இவை வேறுபடுத்தப்படுவதில்லை. காட்சியைப் பற்றிய கவிஞனுடைய முன் பின் சிந்தனைகளுக்கும் இங்கே வேண்டுமென்றே இடம்

மறுக்கப்படுகிறது. இதனால் இயற்கையின் இயல்பான அழகிய எளிமை கவிதைக்குக் கிடைத்து விடுகிறது. ஒரு கவிதையைப் பார்ப்போம்.

> புகைவண்டி வந்து நிற்கிறது
> கோடை முடிவின் இந்தச் சுடும் காலையில்
> இரண்டே பயணிகள் இறங்குகின்றனர்
> இருவரும் காக்கி உடையும்
> நெட்டித் தலைக் கவசமும்
> அணிந்திருக்கின்றனர்
> ஒவ்வொருவருக்கும் பின்னால்
> பெட்டியைத் தூக்கிக் கொண்டு
> ஒரு கறுப்பு வேலைக்காரன்
> அதிக நீலமான வானத்தில்
> அதிக வெள்ளையாகத் தெரியும்
> நகர வீடுகளை
> இருவரும் ஒரே கலக்கமான
> பார்வையோடு பார்க்கின்றனர்
> காற்று சின்னப் புழுதிச் சுழல்களைக்
> கிளப்புகிறது
> ஒரே வண்டியின்
> இரண்டு கோவேறு கழுதைகளை
> ஈக்கள் தொந்தரவு செய்கின்றன
> வண்டியோட்டி
> வாய் திறந்தபடி
> தூங்குகிறான்

உடனிகழ்வுவாதிகள் ஒரே நேரத்தில் பல பகுதிகளைப் பார்க்க விரும்புகிறவர்கள். ஒரு பொருளைப் பல கோணத்தில் பார்ப்பதால் இயக்கமும் ஆழமும் கிடைப்பதோடு உண்மையும் கிடைக்கிறது. புகழ் பெற்ற ஓவியர் ராபர்ட் டிலானே அவருடைய சிறந்த ஓவியம் ஒன்றில் ஈபல் கோபுரத்தின் பதினைந்து

கோணங்களை இந்த நோக்கோடு வரைந்திருக்கிறார். ஸெண்ட்ரார்ஸ் ஒரு கவிதைக்கு இட்டிருக்கும் தலைப்பு 'ஐந்து மூலைகளில்'. அதாவது உலகின் நான்கு மூலைகள் இந்த வளங் கொழிப்புக்குப் போதாதாம். அதில் எழுதுகிறார்:

துணிவதற்கு,
சத்தமிடுவதற்கு,
ஒவ்வொரு பொருளும்
வர்ணம், சலனம்
வெடிப்பு, வெளிச்சம்
கொண்டிருக்கிறது
சூரியச் சாளரங்களில்
வாழ்க்கை மலர்கிறது.

நாம் பார்க்கும் பொருள்கள் உண்மையில் வர்ண ஜாலங்களே என்று கூறிய காட்சியொளி விதி (Law of Optics) யின் பாதிப்பையும் நாம் ஸெண்ட்ரார்ஸிடம் காண முடிகிறது.

'எங்கும் வர்ணப் பட்டைகள்' என்று வியக்கும் ஸெண்ட்ரார்ஸ் அவற்றை வரையப் பிரகாச வர்ண வார்த்தை வேண்டும் என்று கேட்கிறார்.

எந்தக் காட்சிக்காகச் சாளரத்தைத் திறக்கிறாரோ அந்தக் காட்சியில் தம்மையும் இணைத்துக் கொள்கிறார் ஸெண்ட்ரார்ஸ். இயற்கையோடு ஒன்றிப் போகும் இந்தத் தன்மையை வாழ்க்கையிலும் அவர் கடைப்பிடித்தார். ஒருமுறை கப்பல் பயணிகள் எல்லோரும் மாலை உடையில் இருந்தபோது அவர் மட்டும் கடல்நீல உடையை அணிந்திருந்தாராம் - இயற்கைச் சூழலோடு பொருந்துவதற்கு. கவிதையிலும் கும்பலோடு ஒன்றாத இந்த மனோபாவத்தைக் காட்டுகிறார்.

ஒவ்வொருவரும்
சூரிய அஸ்தமனத்தைப் பற்றிப்
பேசுகிறார்கள்
இந்தப் பகுதிகளில்
எல்லாப் பயணிகளும்
சூரிய அஸ்தமனம் பற்றிப்
பேசுவதில் ஒன்றாயிருக்கிறார்கள்
பழைய புத்தகங்களிலும்
அதைத் தவிர
வேறு வர்ணனை இல்லை.
அவை அழகானவை என்பது
உண்மைதான்
ஆனால் நான் அதைவிட
சூரிய உதயத்தையே விரும்புகிறேன்
அதை வியப்பதில் எப்போதும்
நான் தனியாகவே இருக்கிறேன்
ஆனால் நான் வைகறையை
வருணிக்கப் போவதில்லை
அதை நான் எனக்கென்று
வைத்துக்கொள்ளப் போகிறேன்.

சமகாலக் கலை 'நிர்வாண உட்புற மனித'னைச் சித்திரிக்க வேண்டும் என்று விரும்பியவர் ஸெண்ட்ரார்ஸ். ஆனால் அதற்காக இடையறாமல் இயங்கும் புறவய வாய்மைகளையே அவர் நாடவேண்டியிருந்தது. அதனால்தான் விரைவுத் தொடர் வண்டிகள், விமானங்கள், மற்ற இயங்கும் வாகனங்கள் ஆகிய படிமங்களையே அவர் அடிக்கடி கையாள்கிறார்.

ஸெண்ட்ரார்ஸைப் பற்றி ஹென்றி மில்லர் ஒருமுறை கூறினார்:

'நான் எப்போதும் அவரை ப்ரபஞ்சத்தின் மையத்தில் காண்கிறேன்; மையச் சுழற்சியில் மெதுவாகச்

சுற்றியபடி... அவர் கொப்பூழின் கண். நாம் முகம் திருப்பிய பிறகு கூடக் கண்ணாடியில் மறையாமல் நிற்கும் முகம்.

ஸெண்ட்ரார்ஸ் எல்லா இடங்களிலும், எல்லா நேரங்களிலும் இருக்க விரும்பிய மனிதர். அதனால்தான் 'நான் இரவல் தருவதில்லை; இலவசமாகவே என்னை விநியோகம் செய்து விடுகிறேன்' என்கிறார்.

வாழ்க்கையையே கவிதையாகப் பார்த்த பார்வை அவருடையது. அவர் சொல்கிறார்:

> வாழ்க்கை முழுதும்
> ஒரு கவிதை; ஓர் இயக்கம்
> நான் வெறும் சொல்லே
> ஒரு மூலச் சொல்
> ஓர் ஆழம்
> கட்டுப்பாடற்ற
> ஆன்மிக மர்மமான
> உயிருடைய பொருளில்...

5.6.85

ஒட்டுண்ணிகள்

சீன நாட்டு ஈயாற்றங்கரையில் ஒரு மலை. மலை மீது ஓர் அழகிய சமாதி; யாழ் வடிவத்தில். உள்ளே உறங்கிக் கொண்டிருப்பதும் ஒரு யாழ்தான்; உணர்வு விரல்கள் மீட்டும் போதெல்லாம் இனிய பாடல்களை இசைத்துக் கொண்டிருந்த யாழ். கவிஞர் பாய்ஜூயி (Bai Juyi).

சீனர்களைப் பாராட்டத்தான் வேண்டும். கவிஞனின் மரணத்தையும் அழகாக்கி விட்டார்கள். பழங்காலத்திலிருந்தே கவிதைக்கும் கவிஞனுக்கும் மதிப்பும் மரியாதையும் தருகிற இனம் சீன இனம்.

பாய்ஜூயி டாங் பரம்பரையினர் ஆட்சிக் காலத்தில் (618-907) வாழ்ந்திருந்த பெருங் கவிஞர். அவர் கவிஞர்

மட்டும் அல்லர்; அரசாங்க உயர் அதிகாரியாக, மாநில ஆளுநராகப் பணியாற்றியவர்.

ஆனால் வித்தியாசமான அதிகாரி. பதவியில் தொற்றிக் கொண்டிருப்பதற்காக மானத்தையும் மனசாட்சியையும் அவர் அடகு வைத்ததில்லை. தம் எழுத்தைக் கற்பழித்ததில்லை.

அரசனுக்கு அவர் ஆலவட்டமாக இருந்ததில்லை. மக்களின் புழுக்கத்திற்கு விசிறியாகவே இருந்தார். காரணம் அவருடைய கவிதை உள்ளம்.

இத்தகைய அதிகாரியைச் சும்மா விட்டுவைப்பார்களா? அரசனின் அடிவருடிகள் சூழ்ச்சி செய்தார்கள். பாய்ஜூயி பதவி பறிபோயிற்று. நாடு கடத்தப்பட்டார்.

சாட்டப்பட்ட குற்றம் என்ன தெரியுமா? ஜூயியின் தாய் ஒரு முறை பூக்களைப் பார்த்துக் கொண்டிருந்தபோது கிணற்றில் தவறி விழுந்து இறந்து விட்டார். இந்த நிகழ்ச்சிக்குப் பின்னர் மலர்களை வியந்து 'புதுக்கிணறு' என்று இரு கவிதைகளை எழுதினார் ஜூயி. இந்தக் கவிதைகள் தாய்ப் பாசம் என்ற சமூகத்தின் மரபான பண்பாட்டை அவமதிக்கின்றன என்று ஜூயியின் பகைவர்கள் அரசனிடம் குற்றம் சாட்டினார்கள்.

சீனக் கவிதை பொதுவாகவே எளிமையானது; கிராமத்துப் புன்னகையைப் போல. அணி அலங்கார ஒப்பனைகள், ஆரவாரச் சொற் கும்பல் இவையெல்லாம் இருப்பதில்லை. ஜூயியின் கவிதைகளும் இந்த எளிமை அழகில் மலர்ந்து மணம் வீசுகின்றன.

பாய்ஜூயி தாம் புனைந்த கவிதைகளை யாராவது ஒரு கிழட்டுக் குடியானவப் பெண்ணிடம் பாடிக் காட்டுவாராம். அவள் அந்தக் கவிதைகளைப் புரிந்து கொண்டால்தான் எழுதி வைப்பாராம். அதனாலேயே

அவருக்கு 'மக்கள் கலைஞர்' என்று பட்டம் சூட்டப்பட்டது.

இன்றைக்கும் சீனத்துப் பள்ளிப் பிள்ளைகள் அவருடைய 'கரி வியாபாரி' என்ற பாடலை உற்சாகத்தோடு பாடுகிறார்கள்.

அரசாங்க அதிகாரியாக இருந்தும் அரசாங்கத்தின் கொடுமைகளால் பாதிக்கப்பட்ட ஏழைகளைப் பற்றிப் பாடுவதையே அவர் மிகவும் விரும்பினார். ஆளும் வர்க்கத்திற்கு மக்களின் குறைகளைத் தெரிவிப்பதே கவிதையின் அடிப்படைப் பணி என்பது ஜுயியின் கொள்கை.

நம் நாட்டில் ஒரு கதை உண்டு. ஒரு மன்னனும் மந்திரியும் உலாவப் போனார்கள். வழியில் ஒரு மாடு. 'மந்திரி! இந்தப் பசு ஒரு குடம் பால் கறக்கும் போலிருக்கிறதே' என்றான் மன்னன். 'அரசே! இது ஒரு குடம்தான் கறக்கிறது; எப்படி உங்களால் இவ்வளவு சரியாகச் சொல்ல முடிகிறது?' என்று குழையடித்தான் மந்திரி.

மன்னனுக்கு திடீரென்று ஒரு சந்தேகம். குனிந்து பார்த்தான். 'மந்திரி! இது பசு இல்லை; காளை' என்றான். மந்திரி உடனே, 'அரசே! உங்களுக்குத்தான் எவ்வளவு அறிவு! இது காளை என்று உங்களைப் போல் யார் அறிந்து சொல்ல முடியும்?' என்றான் மந்திரி. இந்த அழகில்தான் பல அரசாங்கங்கள் நடக்கின்றன.

ஓர் அரசாங்கத்திற்குக் கண்ணும், காதும், கையுமாகச் செயல்படுகிறவர்கள் அமைச்சர்களும் அதிகாரிகளும். பல அரசாங்கங்கள் குருடாகி, செவிடாகி, முடமாகிப் போனதற்குக் காரணம் இந்தத் திருக்கூட்டம்தான்.

'வரும் பொருள் உரைத்தல் மந்திரிக்கு அழகு' என்பது பழமொழி. 'வரும் பொருள் வாங்குதல் மந்திரிக்கு

அழகு' என்பது புதுமொழி. 'இடித்துரைப்பது' என்பது மந்திரிகளுக்குப் பழைய இலக்கணம். 'இந்திரனே! சந்திரனே!' என்று துதி பாடுவது புதிய இலக்கணம். இத்தகைய அண்டிப் பிழைக்கும் ஒட்டுண்ணிகளால் தான் பல அரச மரங்கள் சாய்ந்திருக்கின்றன; சாய்ந்து கொண்டிருக்கின்றன.

மக்கள் கருத்தறியும் வாக்கெடுப்பு என்று இப்போது பேசுகிறோம். பழஞ் சீனத்தில் இதற்கு ஒரு முறையைக் கடைப்பிடித்தார்கள்.

மக்கள் அவ்வப்போது புனைந்து பாடும் நாட்டுப்புறப் பாடல்களைத் திரட்டுவதற்கென்றே அரசு தனி அதிகாரிகளை அமர்த்தியிருந்தது. அவர்கள் ஊர் ஊராகச் சென்று பாடல்களைத் திரட்டி அரசனுக்கு அனுப்பி வைப்பார்கள். இந்தப் பாடல்கள் மக்கள் மனங்களின் கண்ணாடிகள். ஆகையால் மன்னன் இவற்றிலிருந்து தன் நாட்டின் நிலைமையைச் சரியாகப் புரிந்து கொண்டு தக்க நடவடிக்கை எடுப்பான்.

ஆனால் இந்த நல்ல முறை ஸௌ என்ற மன்னனின் ஆட்சிக் காலத்தோடு நிறுத்தப்பட்டு விட்டது. இதனால் ஏற்பட்ட விளைவுகளை பாய் ஜூயி ஒரு கவிதையில் வருத்தத்தோடு குறிப்பிடுகிறார்.

இப்போது
அரசவையில் பாடப்படும்
பாடல்களெல்லாம்
முகஸ்துதிகள்.
அறிவுரை, விமர்சனம் எல்லாம்
இல்லாமல் போய்விட்டன.
ஆலோசனை கூற வேண்டிய
அதிகாரிகள்
வாய் மூடிக்கொண்டு நிற்கிறார்கள்.
மக்கள் முறையிடுவதற்காக

இருந்த முரசு
எட்டாத உயரத்தில் தொங்குகிறது.
அதிகாரிகளும்
அரசனுக்கு மகிழ்ச்சி தருவதை மட்டும்
கூறுகிறார்கள்.
ஒன்பது கதவுகளுக்குப் பின்னால்
அடைபட்டுக் கிடக்கிறார்கள்
அரசர்கள்;
மக்களிடத்திலிருந்து
ஆயிரம் கல் தொலைவில்.
அவர்கள் காதில் விழுவதெல்லாம்
கோட்டைக் கதவுகளுக்கு அப்பால்
நிகழும் யதார்த்தத்திற்கு
மாறானவை.
ஆளுவோனின்
முதுகுக்குப் பின்னால்
ஊழல் அதிகாரிகளும்
உக்கிர மந்திரிகளும்
தடுப்பார் யாருமின்றி
மனம் போல் நடக்கிறார்கள்.
ஸௌ, கின் மன்னர்களின்
கடைசிக் காலங்களில்
என்ன நடந்தது?
மந்திரிகள்
எல்லாவற்றையும்
அபகரித்துக்கொண்டார்கள்.
மன்னன்
ஒன்றும் செய்ய முடியவில்லை.
நான் சொல்வதை
மன்னர் கேட்பாரென்று
நம்புகிறேன்.
மக்களின் கருத்தையும்

உணர்வையும்
அவர் அறிய விரும்பினால்
கவிதையில் அவரை
விமர்சனம் செய்வோரை
அவர் வரவேற்க வேண்டும்.

முடியாட்சிக் காலத்துக் கவிதைதான்; குடியாட்சிக்கும் எவ்வளவு பொருத்தமாக இருக்கிறது! பாய் ஜுயியின் அறிவுரையை ஆளுவோர் கேட்டு நடக்கும் அந்த நல்ல நாளும் வருமா?

19.6.85

☆

புல்லாங்குழலின் புலம்பல்

ஆங்கிலக் கவிஞன் பிரான்சிஸ் தாம்ஸனுடைய வாழ்க்கையைப் பார்த்துவிட்டு அவனுடைய கவிதைகளைப் படிக்கும் போது இந்த நரகத்திலிருந்தா இந்த சொர்க்கப் பூக்கள் மலர்ந்தன என்று வியக்காமல் இருக்க முடியாது.

அவன் ஒரு புதிர். உறவுகளை விரும்பாமல் தன்னைத் தானே அனாதையாக்கிக் கொண்டவன்.

காச நோய், அதன் துன்பத்தை மறக்க அபினி - இப்படி ஒரு குப்பையாகித் தெருவைத் தானே தேடிக் கொண்டவன்.

வாலிப வெறியில்
காலத் தூண்களை
அசைத்தேன்;
என் வாழ்க்கையை
என் மீதே
இடித்து வீழ்த்தினேன்;
வருஷங்களின்
புழுதிக் குவியலுக்கு இடையே
அமுக்கேறி நிற்கிறேன்;
இடிபாடுகளுக்கு அடியில்
செத்துக் கிடக்கிறது
என் யௌவனம்

என்று உடைந்து போன தன் வாழ்க்கையைத் தானே சித்திரிக்கிறான் தாம்ஸன்.

'மனிதனை விடக் கீழே விழுந்துவிட்டேன்' என்று தன் வீழ்ச்சியை அவனே அழகாகச் சொல்லுகிறான்.

இந்தப் பிசுக்குப் பிடித்த கந்தல் துணியைக் காலம் திரியாக்கிற்று; தெய்விகக் கவிச் சுடரை அதில் ஏற்றி வைத்தது.

இந்தச் சுடரைக் கூட அவன் வரமாகக் கருதவில்லை; சாபமாகவே கருதினான். 'நான் கவிஞனாகச் சபிக்கப்பட்டவன்' என்கிறான். ஆனால் அவன் பெற்ற சாபம் நமக்கு வரமாகி விட்டது.

அவனுடைய நட்சத்திரங்கள் வெளிப்பட்டுப் பிரகாசிப்பதற்காகவே அவனுக்கு இருள் அருளப்பட்டது.

வாழ்க்கையை உடல் வாழ்க்கை, கவிதை வாழ்க்கை என்று அவன் பிரித்தே காண்கிறான். இரண்டுமே அவனுக்குச் சுமையாகப் படுகின்றன.

கவிஞன்
இரட்டை வாழ்க்கை
வாழ்ந்தான்;
இரட்டைச் சுமையால்
வருந்தினான்-
ஊன் வாழ்க்கை;
கவி வாழ்க்கை!

ஆனால் இந்தச் சுமைகளை சுகமான சுமைகளாகவே அனுபவித்தான்; கர்ப்பச் சுமையைப் போல!

உண்மையான படைப்பு கவிஞனால் செய்யப்படுவதில்லை; அது கவிஞன் வழியாகப் பிறக்கிறது என்பதை உணர்ந்தவன் தாம்ஸன்.

மேகம் சூழ்ந்த
அந்தராத்மச் சிகரங்களிலிருந்து
வெள்ளமெனப் பாய்கிறது
பாடல்

என்று தன் கவி நதிமூலத்தை உணர்த்துகிறான்.

தயாரிக்கிற கவிதை வேறு; தானே பிறக்கிற கவிதை வேறு. இரண்டிற்கும் இடையே பொம்மை தயாரிப்பதற்கும் பிரசவிப்பதற்கும் உள்ள வேறுபாடு உண்டு.

பிள்ளையைப் பெற்றுவிட்டுப் பெற்றவளே வியப்பதைப் போலத்தான் தன் கவிதையைப் பார்த்துக் கவிஞன் வியக்கிறான். அந்தக் கவிதையைப் பற்றிக் கவிஞனுக்கே முழுமையாகத் தெரியுமா?

எப்படிக் கற்றோம் என்று
தெரியாத பாடத்தை
நாம் போதிக்கிறோம்;
எங்களிடமிருந்து

பீறிடுவது என்ன?
சொல்லுபவனை விடக்
கேட்பவனே நன்றாக அறிவான்.

என்று இதற்கு விடை சொல்லுகிறான் தாம்ஸன்.

எவ்வளவு ஆழ்ந்த உண்மை! உண்மையான படைப்பனுபவத்தை உணர்ந்தவர்களால்தான் இதைப் புரிந்துகொள்ள முடியும்.

இசையைப் பற்றி யாழுக்கு என்ன தெரியும்? சுவைப்பவனுக்குத் தானே தெரியும். மலரைப் பற்றிக் காம்புக்கு என்ன தெரியும்? வண்டுக்குத் தானே தெரியும். பெண்மையைப் பற்றிப் பெண்ணுக்கு என்ன தெரியும்? ஆணுக்குத்தானே தெரியும்.

வாழ்வின் துயரங்களைப் பிரசவ வேதனை என உணர்ந்து கொண்டவன் தாம்ஸன். அவன் வீழ்ந்து கிடந்த ஆழங்களிலிருந்துதான் உயரங்களைக் கற்றுக் கொண்டான்.

அவனைப் புல்லாங்குழல் ஆக்குவதற்காகவே காலம் அவனை உறவுகளை விட்டு அறுத்தது; சுட்டது; துளைத்தது. அந்தப் புல்லாங் குழலிலிருந்து புனிதமான கீதங்கள் புறப்பட்டன.

புல்லாங்குழலின் இசை என்பது என்ன? அதன் புலம்பல்தானே! சோகம்தான் சுகானுபவ இசையாகிறது.

மகிழ்ச்சி இதய சமுத்திரத்தின் மேலோட்ட அலையாட்டம். அந்தச் சமுத்திரத்தின் ஆழம் அமைதியான சோகத்தில் இருக்கிறது. அங்கேதான் மனிதன் தன்னைக் கண்டெடுக்கிறான்.

இந்த ஞானம் தந்த சோகத்தையே தாம்ஸன் சொந்தம் கொண்டாடுகிறான். அவலங்களால் அவன் அழுகுணிச்

சித்தன் ஆகவில்லை. கவலையைத் தன்னைப் புடம் போடும் கனலாக உணர்ந்த ஞானி அவன்.

> கண்ணீரால் கழுவப்பட்ட
> கண்களுக்குத்தான்
> புனித தரிசனங்கள்
> கிடைக்கும்

என்று தெரிந்து கொண்டான் அவன். ஞானக் குளியல் பெற்ற அவன் கண்கள் இயற்கையின் மர்மத் திரைகளை ஊடுருவித் தத்துவ உண்மைகளைத் தரிசிக்கின்றன.

இன்பத்திற்கும் துன்பத்திற்கும் இடையில் உள்ள கள்ளத் தொடர்பு அவனுக்குத் தெரிந்து விடுகிறது. இன்பத்தைத் 'துன்பங்களின் சாறா'கவே அவன் காண்கிறான். சிரிப்பைக் 'கண்ணீர்ப் பொய்கையிலிருந்து நீராடி எழுகின்ற நீர்த் தேவதை'யாகப் பார்க்கிறான். அதனால் 'கொலு வீற்றிருக்கும் சோகமே என் மகிழ்ச்சியாக இருக்கட்டும்' என்று பிரகடனம் செய்கிறான்.

'விண்ணுலக வேட்டை நாய்' என்ற தன்னுடைய அற்புதமான கவிதையில் சோகத்தை,

> இறைவன் உயர்த்திய
> அபயக் கரத்தின்
> நிழல்

என்று தாம்ஸன் கூறுகிற போது மெய் சிலிர்க்கிறது. ஆன்மிகச் சிகரத்தின் உச்சியை அடைந்தவனால் மட்டுமே இப்படி உணர முடியும்.

நட்சத்திரம் எங்கோ வானத்தில் இருக்கிறது. பூவோ பூமியில். இந்த இரண்டிற்கும் ஏதாவது தொடர்பு இருக்க முடியுமா? தொடர்பை உணர்கிறவன் ஞானியாகி விடுகிறான். பிரம்மாண்டமான பிரபஞ்சத்தின்

அங்கங்கள் தாமே இவை. ஒரே உடலின் உறுப்புக்கள். இதை ஆழமாக உணர்ந்த தாம்ஸன் இதை வெளிப்படுத்துகிற விதம் பிரமிப்பூட்டுகிறது.

> ஒரு சிறு பூவை
> நீ அசைத்தால்
> ஒரு நட்சத்திரம்
> அணைந்து போகலாம்!

தெய்வமே! இனி, பூக்களை எப்படித் தொடுவது?

17.7.85

முட்டைவாசிகள்

> நாம்
> முட்டைக்குள் வசிக்கிறோம்

என்று தொடங்குகிறது ஜெர்மானியக் கவிஞர் குண்ட்டர் க்ராஸ் (Gunter Grass) எழுதிய 'முட்டைக்குள்' என்ற கவிதை.

கவிதையின் முதல் அடியே முகத்தில் அறைகிறது. நாம் அதிர்கிறோம். 'இதென்ன சிறுபிள்ளைத்தனம்' என்கிறோம்.

இது சிறுபிள்ளைத்தனம்தான். பெரிய மனிதத்தனத்தின் 'லட்சணம்' என்ன? அதன் உலகம் எது? நமக்குத் தெரியாதா? வறட்சியான எந்திர உலகம். கால

அட்டவணை உலகம். தன்னுடைய வயிற்றுக்குத் தானே இரையாகும் உலகம். தன் மேடைக்காகப் பிறருக்குக் கல்லறை கட்டும் உலகம்.

பிள்ளைகளின் உலகம் மாறுபட்டது; விநோதமானது. ஆனால் இனிமையானது. இந்த சொர்க்கத்தை இழந்து விட்டுத்தான் நாம் பெரியவர்கள் ஆகிறோம். எல்லாம் ‘அறிவுக் கனி’ தின்றதன் விளைவு.

இந்த இழந்த சொர்க்கத்தை மீட்டுத் தருபவன் கவிஞன். அதற்காகவே அவன் குழந்தை மனோபாவத்தைக் கொள்கிறான். அங்கே எதுவும் எதுவாகவும் தெரியும். குழந்தைக்கு எல்லாமே விளையாட்டுத்தான்.

அந்த உலகத்தில் அப்பா குதிரையாவார். மண் சோறாகும். உடைந்த வளையல் வானவில்லாகிவிடும்.

குண்ட்டர் க்ராஸின் உலகம் குழந்தை உலகம். பெரிய விஷயங்களையும் அவர் கேலிக்குரிய படிமங்களாக்கி நையாண்டி செய்கிறார். ஒரு கலைஞன் இப்படித்தான் செயல்பட வேண்டும் என்பது அவருடைய கோட்பாடு.

ஆனால் இந்த நையாண்டி எவ்வளவு ஆழமான உண்மைகளை வெளிப்படுத்துகிறது!

அவருடைய பார்வையில் உலகம் முட்டையாகி விடுகிறது. ‘முட்டைக்குள் வசிப்பதாவது’ என்று நாம் முணுமுணுக்கலாம். ஆனால் உண்மை அதுதான்.

பிரபஞ்சத்தை நாம் அண்டம் என்றுதானே சொல்லுகிறோம். அண்டம் என்றால் முட்டை என்றுதான் அர்த்தம்.

ஆம்; நாம் முட்டைக்குள்தான் வசிக்கிறோம். அதாவது நாம் முழுமை அடையவில்லை. நம் ‘கண்’ இன்னும் திறக்கவில்லை. சிறகுகள் முளைத்தும் அவற்றை அசைக்க முடியவில்லை. அடைபட்டுக் கிடக்கிறோம்.

நாம் முட்டைக்குள் என்ன செய்கிறோம்? குண்ட்டர் கிராஸ் கூறுகிறார்.

> முட்டை ஓட்டின்
> உட்சுவர் எல்லாம்
> அசிங்கமான சித்திரங்களை,
> நம் எதிரிகளின்
> இயற் பெயர்களை,
> எழுதி எழுதி நிரப்புகிறோம்;
> நாம்
> அடைகாக்கப்படுகிறோம்.

இந்த உலகத்தை அசிங்கத்தால், பகைமையால் அசுத்தப்படுத்திக்கொண்டிருக்கிறோம் நாம். நமக்குத் தெரிந்தது, நம்மால் முடிவது அதுதான். ஆனால் வருங்காலம் பற்றிய கனவு, ஓர் எதிர்பார்ப்பு எல்லோருக்கும் உண்டு. ஒரு புது உலகம், பொன்னுலகம் உதயமாகும் என்று எல்லோருமே நம்புகிறோம்.

இந்த முட்டை பொரித்து நாம் வெளியே வந்தால் மட்டும் என்ன செய்துவிடப் போகிறோம்? பழைய புத்தி போய்விடுமா? அப்போதும் படம்தான் வரைந்து கொண்டிருப்போம். நம்மால்தான் கிறுக்காமல் இருக்க முடியாதே?

> நம்மை
> யார் அடைகாக்கிறாரோ
> அவர் நம் பென்சிலையும்
> அடைகாக்கிறார்
> ஒரு நாள் நாம்
> முட்டையிலிருந்து
> வெளிவந்த உடன்
> அடைகாக்கிறவரின்
> படத்தை வரைவோம்.

நம்மை அடைகாக்கிறவர், நமக்கு விடுதலை தரப் போகிறவர் யார்? தெரியாது. ஆனால் அதற்காக நம்மால் சும்மா இருக்க முடியுமா? கற்பனை செய்கிறோம்; தெரிந்ததுபோல் பீற்றுகிறோம்; வருணிக்கிறோம்.

நாம் அடைகாக்கப்படுவதாக
ஊகித்துக் கொள்கிறோம்
ஒரு நல்ல கோழியைக்
கற்பனை செய்து கொள்கிறோம்:
நம்மை
அடைகாக்கும் கோழியின்
நிறம், இனம் பற்றிப்
பள்ளிக் கட்டுரைகளை
எழுதுகிறோம்.

நமக்கு 'விடுதலை' 'விமோசனம்' எப்போது? அதைப் பற்றிச் சொல்வதற்கு முட்டைக்குள்ளேயே 'தீர்க்கதரிசி'களுக்குப் பஞ்சமில்லை. ஞாயமான கூலிக்கு அவர்கள் எதையும் கணித்துச் சொல்வார்கள்.

'நாளைக்கே வானம் வெடித்து இறைவன் இறங்கப் போகிறான்; துஷ்ட நிக்கிரக சிஷ்ட பரிபாலனம் செய்வதற்கு' என்பார் ஒருவர். 'இல்லை; நாளை மறுநாள்தான் வருவார். என் கனவில் வந்து சொன்னார்' என்பார் மற்றொருவர்.

'நாளைக்கே புரட்சி வெடித்துப் பொன்னுலகம் பூத்துவிடும்' என்பார் ஒருவர். 'இல்லை; என் கணக்குப்படி நாலு நாள் கழித்துத்தான் வெடிக்கும்' என்பார் மற்றொருவர்.

முட்டை ஓட்டை
எப்போது நாம்
உடைப்போம்?
முட்டைக்குள் இருக்கும்

எங்கள் தீர்க்கதரிசிகள்
குஞ்சு பொரிக்கும்
காலம் பற்றி
சர்ச்சை செய்கிறார்கள்
கூலிக்காக;
X என்ற நாளை
அவர்கள் நிர்ணயிக்கிறார்கள்.

நமக்கோ அவசரம். "குஞ்சு பொரிக்கும்" காலம் கனிகிறவரை பொறுமை இல்லை. இயற்கையாகப் பொரிப்பதற்குக் காலம் ஆகுமென்றால் இருக்கவே இருக்கிறது செயற்கை. நமக்குத் தெரியாததா?

சலிப்பினாலும்
அவசர அவசியத்தாலும்
குஞ்சு பொரிக்கும் கருவியை
நாம் கண்டுபிடித்துவிட்டோம்:
முட்டைக்குள் இருக்கும்
நம் சந்ததிகளைப் பற்றி
மிகுந்த கவலை நமக்கு;
நம்மைக்
கவனித்துக் கொள்கிறவரிடம்
காப்புரிமை பெற்ற நம்
புதுச் செய்முறையைப்
பரிந்துரைப்பதில்
மகிழ்ச்சியடைகிறோம்.

ஆனால் இந்தச் செயற்கைப் பொரிப்பு நடக்கிற வரை கூட நமக்குப் பொறுமை இல்லை. ஓயாத சலசலப்பு.

ஆனால்
நம் தலைக்கு மேல்
ஒரு கூரை இருக்கிறது;
கிழடு தட்டிப் போன குஞ்சுகளும்
பல மொழி பேசும்

கருவுயிர்களும்
நாளெல்லாம்
அரட்டை அடிக்கின்றன;
தங்கள்
கனவுகளைப் பற்றிக் கூடக்
கலந்துரையாடுகின்றன.

திடீரென்று ஒரு சந்தேகம் எழுகிறது; பயங்கரமான சந்தேகம். எதுவும் நடக்கவில்லையென்றால்? எல்லாம் இப்படியேதான் இருக்குமென்றால்?

நாம் உண்மையிலேயே
அடைகாக்கப்படவில்லை என்றால்?
எப்போதும் இந்த ஓடு
உடையப் போவது இல்லையென்றால்?
நம் கிறுக்கல்கள்தான்
நம் நிரந்தரமான
வான வரம்பு என்றால்?
என்னாவது?
நாம் அடைகாக்கப்படுவதாக
நம்புகிறோம்.

நாம் நம்புகிறோம். சந்தேகம் அதிகமாக ஆக அதிகமாக நம்புகிறோம். நம்பிக்கை ஆறுதல் தருகிறது. சந்தேகம், அதிலிருந்து தப்பிக்க நம்பிக்கை. ஆனால் அந்த நம்பிக்கையையும் உடைத்துக்கொண்டு ஒரு பயம் எழுகிறது.

அடைகாப்பைப் பற்றி மட்டுமே
நாம் பேசினாலும்
ஓர் அச்சம்
இருக்கத்தான் செய்கிறது.
ஓட்டுக்கு வெளியே இருக்கும்
அந்த யாரோ ஒருவர்
பசி வந்து

> நம்மை உடைத்துக்
> கொஞ்சம் உப்போடு
> வாணலியில் போட்டுவிட்டால்?

நியாயமான பயம்தான். நம்பிக்கைக்கு அடியிலும் எப்போதும் ஒளிந்திருக்கும் பயம். இறுதியில் குண்ட்டர் க்ராஸ் கேட்கிறார்:

> முட்டைக்குள் இருக்கும்
> என் சகோதரர்களே!
>
> அப்போது நாம்
> என்ன செய்யப் போகிறோம்?

9.10.85

மர்ம நீர்

'நான் எண்ணுகிறேன்; அதனால் இருக்கிறேன்' என்றார் தெகார்தெ. அவர் மனிதனையே சிந்தனையின் சிகரமாகக் கண்டவர்.

'நான் பேசுகிறேன்; அதனால் இருக்கிறேன்' என்றவர் இலத்தீன் அமெரிக்கக் கவிஞர் பாப்லோ நெரூடா (1904-73).

பரிமாறத் துடிக்கும் இளமைப் பருவத்தில் எல்லாவற்றையும் பெயரிட்டு அழைக்க வேண்டும்; பேசி உறவாட வேண்டும் என்று அவருக்கு ஆசை.

ஆனால் அவர் முன்னால் பிரபஞ்சம் ஒரு பெரும் புதிராக - வாய் பேசாத ஊமையாக - நின்று கொண்டிருந்தது.

அந்தப் பெரும் புதிரின் ஒரு பகுதியாகப் பெண்! அவள் இன்னும் சிக்கலான புதிர். எல்லோரையும் அறிமுகப்படுத்துகிற பேச்சு அவளைப் பொறுத்தவரையில் முகத் திரையாக, முகமூடியாக இருந்தது. அவளை அறிந்து கொள்ள முடியாத தவிப்பில் அவர் இளமை கதறியது.

> தினந்தோறும்
> பிரபஞ்ச ஒளியோடு
> நீ விளையாடுகிறாய்;
> நுட்பமான விருந்தாளியே!
> பூவிலும் நீரிலும்
> நீ வந்து சேர்கிறாய்.
> நான் உன்னைக்
> காதலித்ததிலிருந்து
> நீ யாரைப் போலவும்
> இல்லை.
> தெற்குத் தாரகைகளிடையே
> புகை எழுத்துக்களால்
> உன் பெயரை எழுதுவது யார்?
> நீ இங்கே வருவதற்கு முன்
> எப்படி இருந்தாயோ
> அப்படி உன்னை நினைக்க விடு.

நெரூடாவின் வாழ்க்கையும் அவரைச் சுற்றி மௌனத்தை எழுப்பியது. தம் தாயகமான சிலியின் தூதுவராக, மொழி தெரியாத நாடுகளில் அவர் பணியாற்றிய பொழுது யாரோடும் பேச முடியாமல் அவர் தவித்தார். யாரோடும், எதனோடும் பேசி உறவாட முடியாமல், ஊடுருவ முடியாமல் இருப்பதை அவரால் பொறுத்துக்கொள்ள முடியவில்லை.

> ஒரு வேராக, கல்லறையாக,
> தனித்த சுரங்கப் பாதையாக,

பிணங்கள் நிறைந்த நிலவறையாக,
தொடர்ந்து நான்
இருக்க விரும்பவில்லை

என்று அறிவித்தார்.

இயற்கையோ ஊமை; மனிதர்களுக்கோ எத்தனையோ மொழி. எப்படிப் பேசுவது? எல்லோருக்கும் பொதுவான மொழியைக் கற்றுக் கொள்ளும் வாய்ப்பு அவருக்குக் கிடைத்தது.

ஸ்பெயினில் அவர் தூதுவராக இருந்த போது வெடித்த உள்நாட்டுப் போர், மக்களோடும், அரசியலோடும் அவரை நெருக்கமான உறவுகொள்ள வைத்தது.

'முட்களில் அவர் மூளை பாடம் படித்தது.' 'மின்னலின் அரிச்சுவடியை' அவர் கற்றுக் கொண்டார். மனித நேயம் பொதுமொழியை அவருக்குக் கற்றுக் கொடுத்து விட்டது. அது இதயங்கள் பேசும் மொழி; சொற்கள் தேவைப்படாத மொழி.

'மரத்தையும் கல்லையும் சூழ்ந்திருக்கும் மௌனச் சுவரையும் தகர்ப்பது எப்படி என்று அவர் தெரிந்து கொண்டார். மரத்திலும் கல்லிலும், அவற்றைப் பயன்படுத்தி உலகத்தைக் கட்டி எழுப்பிய மனிதனின் உழைப்பைக் காணும் பார்வை அவருக்குக் கிடைத்து விட்டது. இப்பொழுது கல்லும் மரமும் பேசுவதை அவரால் கேட்க முடிந்தது.

நான் வேர்களிடையே
வாழ்ந்தபோது, அவை
மலர்களைவிட
மகிழ்ச்சி ஊட்டின;
நான் ஒரு கல்லோடு
பேசியபோது, அது
மணியைப் போல் ஒலித்தது'

அந்தக் கல் மனிதனைப் பற்றி மட்டுமல்ல. மனிதன் அறியாத பிரபஞ்ச ரகசியங்களைப் பற்றியும் பேசுவதை அவரால் கேட்க முடிந்தது. அவர் முன்னால் இப்போது பிரபஞ்சம் ஒவ்வொரு திரையாக உரிந்து எறிந்து கொண்டிருந்தது.

இந்தக் கால கட்டத்தில் (great speech) 'பேருரை'யின் சக்தியை அவர் கண்டறிந்தார். கவிதை எழுத்துக்களாகக் கருகிக் காகிதப் பாடையில் கிடப்பதை அவர் விரும்பவில்லை. அது சப்த உயிரோடு எதிரில் இருப்பவர்களோடு சல்லாபிக்க வேண்டும் என்று அவர் விரும்பினார். இதில்தான் உயிரின் சலனம் உண்டாகிறது; இதில்தான் கொடுக்கல், வாங்கல் நிகழ்கிறது என்பதை அவர் உணர்ந்தார்.

கவிதை அந்தரங்கச் செயல் அல்ல; அம்பலச் செயல் என்று அவருக்குப் புரிந்து விட்டது. இதனால் கண்களின் மௌன வாசிப்புகளின் நடையைக் கைவிட்டு, வாய் உரத்து வாசிக்கும் சொற்பொழிவாற்றும் நடையில் கவிதைகளை எழுத ஆரம்பித்தார். இந்த மாற்றம் அவருடைய கவிதைக்குப் புதிய பரிமாணம் தந்தது. அவர் திடீரென்று வேகமாக வளர ஆரம்பித்தார்.

ஸ்பெயின் உள்நாட்டுப் போரில் அதிகார வர்க்கம் ஆடிய மனித வேட்டையும் ஒடுக்கப்பட்ட வர்க்கத்தின் கண்ணீரும் நெருடாவைப் பொதுவுடைமைக் கோட்பாட்டின் காதலராக்கின.

ஒரு சில மூளை மைதுனக்காரர்களுக்கு முந்தானை விரிப்பதைவிட, வாயடைக்கப்பட்டவர்களின் நாவாக இருப்பதே கவிதைக்கு கௌரவம் என்று அவர் கருதினார்.

எப்போதும் ஆயுத பாணியாகவே இருப்பவனை - சக மனிதர்களோடு அல்ல, இயற்கைச் சக்திகளோடு

காலமெல்லாம் போராடுகின்றவனை - உலகத்திற்காக அனைத்தையும் படைத்துக் கொடுத்து, எதிலும் தன் பெயரைப் பொறித்து வைக்காதவனை - தான் விட்டு விட்டுப் போகும் பொருள்களில் எல்லாம் உயிர் வாழ்ந்து கொண்டிருப்பவனை நெரூடா நன்றிப் பெருக்கோடு நினைவு கூர்ந்தார். அவனுக்கே தம் கவிதைகளால் மகுடம் சூட்டினார். அவனுக்காகவே பேசினார்.

மன்னர்களின் இசை நாற்காலிப் போட்டியை மட்டுமே வரலாறென்று வருணிக்கும் மூடக் கொள்கையைத் தூக்கி எறிந்து, ஒரு நாட்டை வியர்வையும் ரத்தமும் சிந்தி உருவாக்கும் பாட்டாளிகளின் பாடுகளே உண்மையான வரலாறு என்ற அறிவார்ந்த கோட்பாட்டை ஏற்கும் தெளிவு நெரூடாவுக்கு இருந்தது.

அதனாலேயே தம்முடைய இலத்தீன் அமெரிக்க நாட்டின் வரலாற்றை விவரிக்கும் 'பொதுக் காதை' (Canto General) என்ற அவருடைய காவியத்தில் அந்நாட்டை உருவாக்கிய உழைப்பாளர்களின் கதையைப் பேசுகிறார்.

ஆந்தியன் மலைகளுக்கிடையே ஆயிரக் கணக்கான ஆண்டுகளாக மறைந்து கிடந்த இன்கா கோட்டையைக் கண்டபோது, அந்தப் பரந்த, மர்மமான கோட்டையைப் பாடுபட்டு உருவாக்கிய பாட்டாளிகளே நெரூடாவின் நினைவுக்கு வந்தனர். இப்போது தகர்ந்து சிதறிக் கிடக்கும் அந்தக் கட்டிடத்தின் கற்களில் உழைப்பாளர்களின் இதயங்கள் இன்னும் துடித்துக் கொண்டிருப்பதாகவே அவருக்குத் தோன்றுகிறது.

பகட்டின் குழப்பத்திற்கு ஊடே
இரவால் செய்யப்பட்ட
கல்லின் ஊடே

என் கரத்தைச் செலுத்துகிறேன்;
ஆயிரம் ஆண்டுகளாகச்
சிறைப் பட்டுக் கிடக்கும்
பறவையின் சிறகடிப்பை–
நினைவு கூரப்படாத
பழைய மானுட இதயத்தைத்
தொட்டுணர்கிறேன்
மனிதன்
கடலை விடப் பரந்தவன்
கிணற்றுக்குள் செல்வதைப்போல்
நாம் அவனுள்ளே
செல்ல வேண்டும்;
மர்ம நீரை
மறைவான உண்மையை
முகந்துகொண்டு வருவதற்காக.

நெரூடாவின் கவிதைகளில் உச்சியாகக் கருதப்படும் 'மச்சு பிச்சுவின் உச்சி' என்ற இக் கவிதை மனிதனின் விதியை எழுதுகின்ற உழைப்பின் சக்தியை ஆழமான குரலில் பேசுகிறது.

நெரூடாவுக்குப் பேச்சு என்பது வெறும் சப்தம் மட்டுமல்ல; மௌனமும்தான். அதனால்தான் அவர் பேச்சு ஆழமாக இருக்கிறது; அழகாக இருக்கிறது.

பேசாமல் இருப்பது
மனிதர்களுக்கு மரணமாகும்.
மொழி
ரோமம் வரை விரிகிறது;
உதடு அசையாமலே
வாய் பேசுகிறது;
திடீரென்று கண்கள்
சொற்களாகி விடுகின்றன
நான் பேசுகிறேன்

அதனால் இருக்கிறேன்;
பேசாமல் இருப்பதன் மூலம்
சொற்களின் எல்லையை,
மௌனத்தை
எட்டிப் பிடிக்கிறேன்.

22.12.85

நாம் பின்னங்கள்

காலம் ஒரு குரூரமான கணக்குப் பிள்ளை. நம்மோடு ஏதாவது ஒன்றைக் கூட்டி வைத்தால் ஏதாவது ஒன்றை நம்மிடமிருந்து கழித்து விடுகிறது.

அதனால் நாம் எப்போதும் பின்னங்களாகவே இருக்கிறோம். நிறைவதே இல்லை.

மனிதனிடமும் இயற்கையிடமும் ஏதாவது ஒரு குறை இருந்து கொண்டேயிருக்கிறது. பரிபூரணம் தெய்வப் பண்பு.

பகலின் தோட்டத்தில் நட்சத்திரப் பூக்கள் இல்லை. இரவின் மடியில் சூரியக் குழந்தை இல்லை.

வர்ண மயிலிடம் சங்கீதம் இல்லை. சங்கீதக் குயிலிடம்

வர்ணங்கள் இல்லை.

இவள் அவளுடைய பொன்னகையைப் பார்த்துப் பொறாமைப்படுகிறாள். அவள் இவளுடைய புன்னகையைப் பார்த்துப் பெருமூச்சு விடுகிறாள்.

வெள்ளைத் தாமரை சிவப்புத் தாமரையைப் பார்த்து ஏங்குகிறது. சிவப்புத் தாமரை வெள்ளைத் தாமரையைப் பார்த்துப் புழுங்குகிறது.

கடிவாளம் வைத்திருப்பவனிடம் குதிரை இல்லை. குதிரை வைத்திருப்பவனிடம் கடிவாளம் இல்லை.

என்னிடம் 'அது' இல்லை; நான் பெருமூச்சு விடுகிறேன்; உன்னிடம் 'இது' இல்லை; நீ பெருமூச்சு விடுகிறாய்.

ஆனால் எல்லோரிடமும் பெருமூச்சுகள் இருக்கின்றன.

பெருமூச்சு! மனிதப் புல்லாங்குழல்களில் பாடும் காற்று. ராகம் வெவ்வேறாக இருக்கலாம். ஆனால் காற்று ஒன்றுதான்.

மனப் பசுவிற்கு எப்போதும் அக்கரைப் புல்தான் பச்சை.

கையில் இருக்கும் அமுதம் தெவிட்டுகிறது. தூரத்தில் அலையாடுவது கானல் நீராக இருந்தாலும் அதன் மேல் தான் தாகம்.

அடைய முடியாதது அழகாகத் தோன்றுகிறது. அடைந்து விட்டதோ சாதாரணமாகிவிடுகிறது.

ஒன்றை இழந்துவிட்ட பிறகுதான் அதன் அருமை தெரிகிறது; இருக்கிறவரை தெரிவதில்லை.

அமெரிக்க இலக்கிய உலகில் இப்பொழுது சலனத்தை ஏற்படுத்திக் கொண்டிருக்கும் பெண் எழுத்தாளர் டேனியல் ஸ்டீல் அக்கரைப் புல் மேயும் மனத்தின் நிலையைத் தம் கவிதையில் அழகாக

வெளிப்படுத்துகிறார்.

> மூன்றில் இரண்டு
> மூன்றில் இரண்டு
> இரண்டு அறைகள்;
> இரண்டு தனித்தனி வீடுகள்;
> அண்டை வீட்டுக்காரர்கள்.
> நாம் இருவரும் சேர்ந்து
> மூன்றில் நான்கு;
> ஒன்று கொஞ்சம் அதிகம்;
> இருமுறை ஒன்று குறைவு;
> அண்டை வீட்டுக்காரியே!
> உனக்கு உன் கணவன் இருக்கிறான்;
> எனக்கு என் குழந்தை;
> இன்று உன் கணவன்
> அவன் நாயோடும்
> என் குழந்தையோடும்
> படியிறங்கி வந்தபோது,
> அவன் கால்களை
> அவன் இடுப்பசைவை
> அவன் சிகை அலங்காரத்தை
> நான் நோக்கினேன்.
>
> நீயோ
> என் சிறுமியின்
> ஒளிர் சிவப்புக் காலணியை
> தாரகை ஒளிக் கூந்தலை,
> அவன் பெருங்கை பற்றிய
> சின்னக் கையை நோக்கினாய்.
>
> ஒவ்வொரு வீட்டிலும்
> மூன்றில் இரண்டு;
> நாம் இருவருமே முழுமை இல்லை.

19.2.86

☆

நதி பின்னால் திரும்பாது

நாம் போக நினைத்தது எங்கே? ஆனால் வந்து நிற்பது எங்கே?

பாதையை நம் பாதங்கள் தேர்ந்தெடுக்கவில்லை. காலம் என்ற பயங்கரமான நகரும் பட்டை (Conveyer belt) நம்மை இங்கே கொண்டு வந்து சேர்த்திருக்கிறது.

இடையில் சரித்திரத்தின் கருணையற்ற கரங்கள் நம்மில் செய்த மாற்றங்கள் எத்தனை?

சிறகுகளைப் பெற்றோம்; கரங்களை இழந்து விட்டோம்.

புன்னகை கிடைத்தது; இதழ்கள் பறிக்கப்பட்டு விட்டன.

விளக்குகளை அடைந்தோம்; விழிகள் அணைக்கப்பட்டுவிட்டன.

இன்று கிடைத்தது; நேற்று பறிபோய் விட்டது.

பின்னால் திரும்பிப் பார்க்கிறோம். அதோ! அமுதம் சுரக்கும் அன்னையின் மார்பகம்; தாரகைகள் தாலாட்டத் தொட்டில் ஆட்டும் தென்றல்; பறவைகளோடு படித்த பள்ளிக்கூடம்; பட்டு நூலில் பறக்க விட்ட சூரிய சந்திரப் பட்டங்கள்; பருவங்களோடு ஆடிய கண்ணாமூச்சி; காதலின் பௌர்ணமிப் புன்னகை; காயங்களுக்கு மருந்து தடவும் நட்பின் கருணைக் கரங்கள்; மனத்தில் பூத்த மனித வாசமலர்கள் - தொலைவில், எங்கோ மிகத் தொலைவில்!

விட்டுவிட்டு வந்ததை நினைத்துப் பெருமூச்சு விடுகிறோம். பின்னால் திரும்பிப் போக முடியுமா? முடியாது, காரணம் நாம் நதி!

நாம் கடைந்த அமிர்தத்தில் ஆலகாலமும் கலந்திருக்கிறது. நாம் குடித்துத்தான் ஆகவேண்டும். வேறுவழியில்லை.

மாற்றம் என்பது மனித சரித்திரத்தின் மகத்தான அவல நாடகம். மனிதன் அதில் பாத்திரமாகவும் பார்வையாளனாகவும் இருக்கிறான்.

ஹங்கேரி நாட்டின் கவிஞர் பெரன்ஸ் யுஹாஸ் (Ference Juhasz) இந்த மாற்றம் என்ற பிரச்சினை பற்றி மிகுதியாகவே சிந்தித்தவர். 'அவருடைய கவிதைகள் பெரும்பாலும் இந்தப் பிரச்சினையின் பாதிப்பில் எழுந்தவை என்றாலும் 'மானாக மாறிய சிறுவன் மர்மங்களின் வாசலில் கூக்குரலிடுகிறான்' என்ற அவருடைய நெடுங்கவிதை இந்தப் பிரச்சினையைப் பயங்கரமாக வெளிப்படுத்துகிறது. சிறுவன் ஒருவன் மானாக மாறிய கதை ஏற்கெனவே ஹங்கேரிய நாட்டுப் பாடல்களில் உள்ளதுதான். இருந்தாலும் யுஹாஸின்

கைகளில் இந்தக் கதை உருவகமாகி விஸ்வரூபமெடுக்கிறது.

தன் மகன் கலைமானாக மாறிவிட்ட செய்தி தெரியாத தாயொருத்தி அவனைத் தேடுகிறாள்; கூவி அழைக்கிறாள்.

> உன் தாய் அழைக்கிறாள்
> திரும்பி வா மகனே!
> உன் இதமான துறைமுகம்,
> உன் ஞாபகத்தின் பால்காம்பு,
> உன் கூந்தல் கூடாரம்
> உன்னை அழைக்கிறது
> திரும்பி வா, மகனே!
> இளந்தாயைப்போல இனி
> என்னால் ஓடியாட முடியாது;
> திரும்பி வா!
> இந்தப் பொருள்களுக்கு
> அர்த்தத்தைக் கொடு;
> துள்ளிக் குதிப்பவற்றை அடக்கு;
> கத்தியைப் பழக்கிக்
> கீழ்ப்படியச் செய்;
> சீப்பை வீட்டு வாழ்க்கைக்குப்
> பழக்கு;
> பொருள்களுக்கு மறுபடியும்
> ஜீவனைக் கொடு.

மகன் தாயின் அழைப்பைக் கேட்கிறான். அவனோ மானாக மாறியிருக்கிறான். அவன் திரும்பிப் போக முடியாது.

> அன்னையே! நான்
> திரும்பி வர முடியாது
> என்னை அழைக்காதே...
> நான் திரும்பி வந்தால்,

> என் கொம்புகள் உன்னைக்
> குத்திக் கிழித்துவிடும்;
> என் கொம்பின்
> ஒவ்வொரு கூரிய கிளையும்
> கல்லறை மெழுகுத் திரிகள்;
> நான் வந்தால்
> எரிந்து போவாய் நீ;
> நம் வீடும் பாழாகிவிடும்;
> என் தந்தையின் எலும்புகளையும்
> நான் தோண்டி எரிப்பேன்.

என்று அவன் மானின் குரலில் கதறுகிறான். தாயோ அவனுக்குப் பிடித்தமான பண்டங்களை எல்லாம் செய்து தருவதாகப் பாசத்தோடு அழைக்கிறாள். அவனோ அந்தப் பண்டங்கள் எல்லாம் தன் நாவு பட்டாலே கெட்டுவிடும் என்கிறான்.

தாய் அவனுடைய காதலியை, நண்பர்களை ஞாபகப்படுத்துகிறாள். மகனோ அவர்களை நினைவூட்டாதே; மீன்களைப் போல் அவர்கள் என்னிடத்திலிருந்து நழுவிச் சென்று விட்டார்கள்; என் இளமை எங்கே சென்றது என்று யாருக்கும் தெரியாது என்கிறான். தாய் மீண்டும் அழைக்கிறாள்.

> கல் காட்டிலிருந்து
> வந்து விடு மகனே!
> தொழில் மயப்படுத்தப்பட்ட காற்று,
> மின்சாரக் கம்பிகள்,
> ரசாயன தீபங்கள்,
> வீதி வாகனங்கள்
> உன் ரத்தத்திற்காகத்
> தாகம் கொண்டிருக்கின்றன;
> ஒரு நாளைக்கு ஆயிரம் முறை
> அவை உன்னைத் தாக்குகின்றன;

ஆனால் நீ ஒருமுறை கூடத்
திருப்பித் தாக்குவதில்லை
வந்துவிடு, மகனே!

ஆனால் அவனோ 'காலத்தின் புதுப்பிக்கப்படும் சிகரங்களில், பிரபஞ்சத்தின் உன்னதமான உச்சியில், மர்மங்களில் வாசலில்' நின்று கொண்டிருக்கிறான். அவன் 'கொம்பின் முனைகள் நட்சத்திரங்களோடு விளையாடுகின்றன.' 'உலகத்தின் இழந்துபோன பாதைகளின் வழியாக' அவன் மான் குரல் ஒலிக்கிறது.

அன்னையே! நான்
திரும்பி வர முடியாது
என் ஆயிரம் புண்களில்
சொக்கத் தங்கம் கசிகிறது;
தினந்தோறும்
நூறு தோட்டாக்களால்
நான் சாகிறேன்;
நூறு முறை மறுபடி எழுகிறேன்,
முன்னிலும் பலமுள்ளவனாக;
என் இரண்டு கொம்புகள்
இரட்டைக் கால் மின்சாரக் கோபுரங்கள்;
என் கண்கள்
சரக்குக் கப்பல்களின் துறைமுகம்;
ஒவ்வொரு முள் எலும்பும்
நகரம்;
ஒவ்வோர் உயிரணுவும்
தொழிற்சாலை;
என் மூளையின் ஒவ்வொரு சைகையும்
ஒரு பால் மண்டலம்.

'என் காணாமல் போன மகனே, வா!' என்று மீண்டும் தாய் அழைக்கிறாள். 'இறப்பதற்காகத்தான் உன்னிடம் திரும்பி வருவேன்; அப்போது முத்தங்களால் என்

இமைகளை நீ மூடலாம்' என்கிறான் மகன்.

பல வகைகளில் அர்த்தம் கொள்ளும்படி நிற்கிறது இந்தக் கவிதை. தாயை, நாம் மீண்டும் அடைய முடியாத இறந்த காலமாகக் கொள்ளலாம். சரித்திரத்தின் கொடூரமான கரங்களில் சிக்கிச் சின்னாபின்னமான யுஹாஸின் தாய் நாடான ஹங்கேரியாகக் கொள்ளலாம். யுஹாஸின் இழந்துபோன இனிய பிள்ளைமைப் பருவமாகக் கொள்ளலாம்.

மாற்றங்களால் வேதனையடைந்த தனிமனிதனை மட்டுமல்ல, ஒரு தேசத்தை, தலைமுறையை, முழு மனித சமூகத்தையும் இக்கவிதை குறித்து நிற்கிறது.

உற்றுக் கேட்டுப் பாருங்கள். பாசத்தோடு அழைக்கும் தாயின் குரலையும், அவளிடம் செல்ல முடியாமல் தவிக்கும் மகனின் குரலையும் நீங்கள் எங்கும் கேட்கலாம்.

12.3.86

வைகறைச் சாவி

வைகறை ஒரு மந்திரவாதி. அதன் கிரண மந்திரக் கோல் அசைந்ததும் தாரகைகள் இமை மூடிக் கொள்கின்றன. நாள், அந்தியில் போர்த்திய கறுப்புப் போர்வை சரிகைச் சேலையாகிறது. இறந்து கிடந்த கண்கள் இமைச் சமாதியைத் தகர்த்துக்கொண்டு உயிர்த்தெழுகின்றன. ஊமை மொட்டுகள் வாய் திறந்து ரகசியங்களை உளறிக் கொட்டுகின்றன. பறவைகள் இசைக் கருவிகளாகி சுப்ரபாதம் பாடுகின்றன.

இந்த வைகறை, ஆஸ்திரேலியக் கவிஞர் ஜேம்ஸ் மெக்காலே என்பவருக்கும் மாய மந்திரப் பொழுதாகவே தெரிகிறது.

இது
மாய மந்திரப் பொழுது;
சேவல் கூவிய
அதே நேரத்தில்
அவள்
என் கைகளில் புரண்டாள்;
மென்மையாக முணுமுணுத்தாள்;
'என்னில்
இன்ப சொர்க்கத்தைத் திற;
இதுதான் நேரம்;
இதுதான் சாவி;
தேடலால் கிடைக்கும்
ஒவ்வொரு புதையலையும்
அடைவதற்கு,
அன்பனே! விரைவாயாக!

இன்ப சொர்க்கம் அவளுக்குள் ஒளிந்து கிடக்கிறது. அந்த சொர்க்கம் அவளுக்குள் இருந்தாலும் அவனுக்கானது. அதைச் சொர்க்கம் என்று அறிபவனே அவன்தான்.

இருட்டில் புதைந்து கிடக்கும் அழகுகளை வைகறை தான் தேடி எடுக்கிறது. எனவே அவளுக்குள் இருக்கும் சொர்க்கத்தையும் கண்டறிய வைகறையே சரியான நேரம் என்கிறாள். அது மட்டுமல்ல, அந்த சொர்க்கத்தைத் திறக்கும் சாவியே அதுதான் என்கிறாள்.

இந்த அழகிய பொழுது நெடுநேரம் நீடிக்காதே. அதனால் காதலனை அவசரப் படுத்துகிறாள். அவளுக்குள் இருக்கும் எல்லாப் புதையல்களையும் அவன் அடைந்து விட வேண்டும் என்று அவளுக்கு ஆசை.

இந்தப் புதையல் யாரோ மறைத்து வைத்தது அல்ல; காதலன் தேடத் தேட இந்தப் புதையல்கள் உண்டாகின்றன; தேடலினாலேயே உண்டாகின்றன.

அவளே அறியாத புதையல்கள் அவை.

பெண் ஆணால்தான் தன் அர்த்தத்தை அறிகிறாள். ஆண் என்ற கண்ணாடி இல்லை என்றால் அவளுடைய அழகுகளே அவளுக்குத் தெரியாது.

காதல் மாமிச பட்சிணி அல்ல; அதன் பசிக்குச் சதை விருந்து அருவருப்பானது.

அவள் காதலின் புனிதமான பசியைக் கௌரவிப்பவள். எனவே அதன் கௌரவத்துக்கு ஏற்ற உன்னதமான விருந்தைப் பரிமாறுகிறாள்.

> என் கண்களின்
> கரிய பாவையில் ததும்பும்
> கண்ணீரைச் சுவைத்துப் பார்;
> இணங்கிய உடலின்
> உள்ளார்ந்த கூக்குரல்களை,
> முணுமுணுக்கும் தொண்டையிலிருந்து
> நன்றாகப் பருகு;
> சீக்கிரம்.
> பொழுது புலர்வதற்கு முன்,
> நாள், அதன் ஆயிரம் பொருள்களைப்
> புதுப்பிப்பதற்கு முன்
> என் சொர்க்கத்திற்குள்
> பிரவேசம் செய்;
> சிவப்புக் குருவி
> பாடுகிற பொழுதே
> உன் இன்பத்தைத்
> தொட்டு எடுத்துக்கொள்

கண்ணீர் தெய்வீகத் திராட்சைகளின் ரசம். அதுதான் காதலுக்கு ராஜபானம்; காதலின் அமரத்துவத்திற்கு அமிர்தம்.

அவளுக்குள்ளே, உள்ளின் உள்ளே ஆயிரமாயிரம்

தாகங்கள் சுரக்கின்றன; ஆயிரமாயிரம் அனாதைப் புதையல்கள் கூக்குரலிட்டு அழைக்கின்றன.

இந்த பானத்தை, இந்த ஏக்கக் கூக்குரல்களைப் பரிமாறும் வாய்ப்பு எப்போதும் கிடைப்பதில்லை. எனவே இந்த வாய்ப்பை, நேரத்தைத் தவற விடாமல் பயன்படுத்திக் கொள் என்கிறாள்.

காதலின் கட்டளையை, அழகின் ஆணையை யார் மீற முடியும்? அவன் கீழ்ப்படிகிறான்.

> சிவப்புக் குருவியின்
> அழைப்போசை போன்ற
> தூய்மையான
> அந்தப் பொழுதில்,
> சுவரோரம் மலர்ந்த
> அந்தி நீல ஐரிஸ் மலர்போன்ற
> மர்ம மணம் கமழும்
> அந்தப் பொழுதில்
> எங்கள் காதல்கள்
> கலந்தன;
> அதற்குப் பின்
> நாள், அதன்
> கிழக்கு நெருப்புகளை
> எங்களிடமிருந்து
> புதுப்பித்துக் கொண்டது,
> அசையும் பொருள்களை எல்லாம்
> அவற்றின் ஓய்விலிருந்து
> மீட்டது;
> அவற்றின் காதல்களைப்
> பின் தொடர்ந்து சென்றது;
> எங்கள் காதல்
> மார்பின் மீது
> உறங்கிக் கொண்டிருக்க

காதல்தான் கிழக்குக்கு வெளிச்சத்தைத் தருகிறது; நாளுக்குக் காய கல்பத்தைத் தருகிறது. இயற்கைக்கு இயக்கத்தைத் தருகிறது.

ஆனால் இவ்வளவும் செய்கிற காதல், ஒன்றும் அறியாதது போல் உறங்கிக் கிடக்கிறது.

26.3.86

கொற்றக் குடை

கடவுளைக் காப்பாற்ற மதவாதிகள் இருக்கிறார்கள்.
மக்களைக் காப்பாற்ற யார் இருக்கிறார்கள்?

ஜனநாயத்தைக் காப்பாற்றத் தேர்தல்கள் இருக்கின்றன.
ஜனங்களைக் காப்பாற்ற யார் இருக்கிறார்கள்?

விதிகளைக் காப்பாற்ற அதிகாரிகள் இருக்கிறார்கள்.
மக்களைக் காப்பாற்ற யார் இருக்கிறார்கள்?

இலக்கணங்களைக் காப்பாற்றப் பண்டிதர்கள் இருக்கிறார்கள். மக்களைக் காப்பாற்ற யார் இருக்கிறார்கள்?

மிருகங்களைக் கூடக் காப்பாற்றச் சங்கங்கள் இருக்கின்றன. மக்களைக் காப்பாற்ற யார்

இருக்கிறார்கள்?

நாம் இமைகளை நம்பி உறங்கப் போனோம். விடிந்த பின் பார்த்தால் விழிகளைக் காணோம். கரைகளின் கையில் நீரை ஒப்படைத்தோம். கரைகளே நீரை உறிஞ்சிக்கொண்டன.

நம் சமையலுக்காக அடுப்புகள் வைத்தோம். அடுப்புகள் நம்மையே விறகாக்கிக்கொண்டன.

நம் வீட்டுக் காவலுக்கு நாய்களை நிறுத்தினோம். நாய்கள் திருடர்களுடன் சேர்ந்துகொண்டு நம்மையே கடித்தன.

மானத்தை மறக்க ஆடைகள் அணிந்தோம். ஆடைகளே நம்மை நிர்வாணப்படுத்தின.

வெளிச்சத்திற்காக நாம் ஏற்றி வைத்த விளக்குகள் இருட்டைப் பிரச்சாரம் செய்கின்றன.

சிம்மாசனங்கள் ராஜபார்ட்டுகளுக்கே இடம் தருகின்றன.

ஆராய்ச்சி மணியின் நாவுகள் அரசனுக்குத் துதி பாடிக் கொண்டிருக்கின்றன.

கலைமகள் காசு கொடுப்பவர்களுக்கு மட்டும் வீணைக் கச்சேரி நடத்துகிறாள்.

மணிமேகலை சோற்று வியாபாரம் செய்கிறாள். காற்று சுவாசத்திற்குக் கட்டணம் வசூலிக்கிறது. கனவுகள் கண்களிடம் கேளிக்கை வரி கேட்கின்றன.

சீனத்துப் புரட்சிக் கவிஞர் அய்-குங் கொடுத்து வைத்தவர். அவருக்கு இத்தகைய விபத்துக்கள் நேரவில்லை. அவருக்கு ஒரு குடை கிடைக்கிறது; அதிசயக் குடை. அந்தக் குடைக்கும் அவருக்கும் இடையே உரையாடல் நடக்கிறது.

ஒருநாள் காலை
குடையிடம் கேட்டேன்;
நீ விரும்புவது
மழையில் நனைவதையா?
வெயிலில் காய்வதையா?
குடை புன்னகை புரிந்துவிட்டுச்
சொன்னது:
என் கவலை
இதைப் பற்றி அல்ல
நான் மீண்டும் கேட்டேன்;
பின் எதைப் பற்றி
உன் கவலை?
குடை சொன்னது:
என் கவலை எல்லாம்
எத்தகைய பேய் மழையானாலும்
என் மக்களை
நனைய விடக் கூடாது.
எத்தகைய வெயிலானாலும்
என் மக்களைக்
காய விடக் கூடாது

நம் குடைகளைப் பார்க்கிறோம். மழைக்குப் பிடித்தால் குடைகளே மழை பொழிகின்றன. வெயிலுக்குப் பிடித்தால் நெருப்பைச் சொரிகின்றன.

அய் - குங்குக்குக் கிடைத்த குடை நமக்கும் கிடைக்குமா?

23.4.86

அப்துல் ரகுமான்
இன்றிரவு பகலி

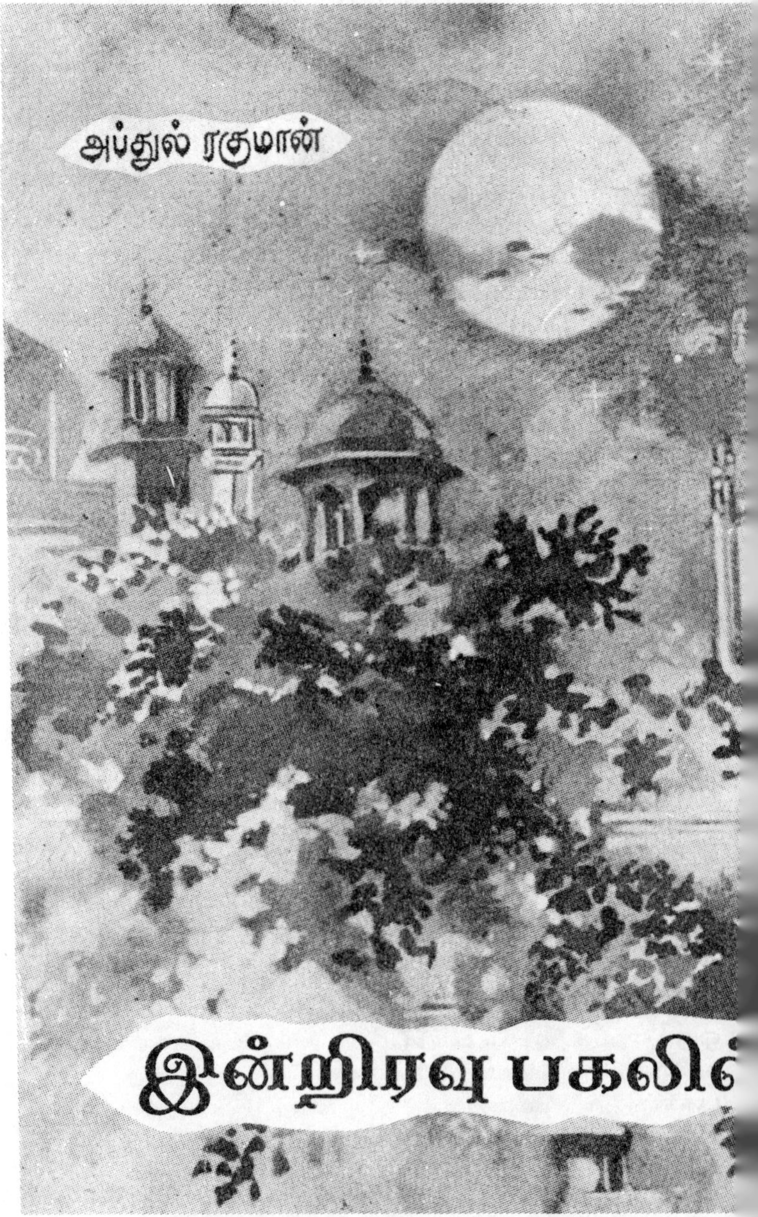

மின்மினிகள்

உலகக் கவிதை வடிவங்களிலேயே எனக்கு மிகவும் பிடித்தது. 'ஹைகூ' தான். அது சின்னதாக இருக்கும் பெரிய அற்புதம். வடிவத்தைப் பார்த்தால் வாமனன். ஆனால் 'தாரை' வார்த்தாலோ விண்ணுக்கும் மண்ணுக்குமாய் விசுவரூபமெடுத்து மூவுலகையும் அளந்துவிடும் திரிவிக்கிரமன். திரிவிக்கிரமன் மாதிரி 'ஹைகூ'வுக்கும் மூன்றடிதான்.

ஒரு 'ஹைகூ'வைப் பார்ப்போம். மோரிடாகே என்ற கவிஞர் செர்ரி மரத்தைப் பார்த்துக் கொண்டிருக்கிறார். பூக்கள் மெதுவாகக் கீழே உதிர்ந்து கொண்டிருக்கின்றன. திடீரென்று ஒரு பூ தரையிலிருந்து கிளையை நோக்கிப் பறந்து போகிறது. என்ன, பூ

பறக்கிறதா? கவிஞரே சொல்லட்டும். ('ஹைகூ'வைப் படிப்பதற்கு முன் ஒரு வார்த்தை. கவிதையின் மூன்று அடிகளையும் ஒரே மூச்சில் அள்ளி விழுங்கி விடாதீர்கள். முதல் இரண்டு அடிகளை மெதுவாகப் படித்து நிறுத்திக்கொள்ள வேண்டும். மீண்டும் முதலிலிருந்து ஆரம்பித்து நிறுத்திக்கொள்ள வேண்டும். பிறகுதான் மூன்றாவது அடியைப் படிக்க வேண்டும்.) படியுங்கள்:

> உதிர்ந்து வீழ்ந்த மலர்
> கிளைக்குத் திரும்புகிறது...
> ஓ! வண்ணத்துப் பூச்சி!

கடைசி அடி சுகமான 'மின்தாக்கு'த் தருகிறதல்லவா?

இவ்வளவுதான் என்று நினைக்காதீர்கள். இது ஆரம்பம். பருவம் அடைந்து ததும்பி நிற்கும் வீணை நரம்பை, விவரம் தெரிந்த விரல்கள் தொடத் தொடப் புதுப் புதுப் பரவசங்கள் புறப்பட்டு வருமல்லவா? அதைப் போல்தான் 'ஹைகூ'வும். கொஞ்சம் மீட்டிப் பார்க்கலாம்.

செர்ரிப் பூக்கள் வசந்தத்தின் சின்னம்; இயற்கையின் மெல்லிய அழகுக்குக் குறியீடு. இந்தச் சின்ன அழகுகள் வாடி விடுவது எவ்வளவு பரிதாபம்! ஆனால் இரக்கம் மிக்க இயற்கை இன்னொரு அழகை - வண்ணத்துப் பூச்சியை அந்த இடத்தில் கொண்டு வந்து வைத்து, இழப்பை ஈடு செய்துவிடுகிறது. ஓர் அழகு சிம்மாசனத்தை விட்டு இறங்கினால், மற்றோர் அழகுக்குப் பட்டாபிஷேகம். (தயவு செய்து இங்கே அரசியல் பேசாதீர்கள்; பொருந்தாது.)

வசந்தம் போனால் என்ன? வரப் போகும் கோடையின் கைகளிலும் அழகிய பரிசுகள் இல்லையா? வண்ணத்துப் பூச்சி அதற்கோர் வாக்குறுதி!

வண்ணத்துப் பூச்சி பூவாகத் தெரிந்ததேன்? பார்வைக்கு இரண்டும் ஒன்றாகத் தெரிந்ததால்தானே? இப்படித்தான் சிலநேரங்களில் நாம் இனிமையாக ஏமாற்றப்படுகிறோம்.

ஒருவகையில் பார்த்தால் பூ, வாடி விழும் வண்ணத்துப் பூச்சி; வண்ணத்துப் பூச்சி பறக்கும் பூ.

உதிர்ந்த பூ கிளைக்குத் திரும்புகிறது என்பது கூட ஒரு வகையில் சரிதான். உதிர்ந்த பூ என்னவாகிறது? மக்கி, மண்ணோடு கலந்து உரமாகி, அதே மரத்திற்கு உணவாகி, மீண்டும் பூவாக மறு அவதாரம் எடுக்கிறதல்லவா?

'அழகிய பொருட்கள் நிலையற்றவை; கணத்தில் மின்னி மறையக் கூடியவை. ஆனால் அழகு என்ற தத்துவம் நிரந்தரமானது.' இந்த ஸென் (Zen) புத்தமதத் தத்துவத்தையும் இந்த 'ஹைகூ' பொட்டலம் கட்டி நம் கையில் கொடுத்துவிடுகிறது.

எல்லாவற்றையும் வெளிப்படையாகச் சொல்லிக் கொண்டிருப்பது கவிதையின் வேலை இல்லை; கட்டுரையின் வேலை. நம்மில் பலருக்கு இந்தக் கலைத் தத்துவம் புரிவதில்லை. ஒரு காட்சியைக் காட்டுவதோடு 'ஹைகூ'வின் வேலை முடிந்து விடும். அதில் உள்ள அர்த்தங்களைத் தோண்டி இறைத்துக் கொள்வது வாசகன் பொறுப்பு. இந்த வகையில் வாசகனும் கவிதையில் ஒரு கூட்டுப் படைப்பாளி.

எளிய உயிரினங்களையும் நேசித்து இணக்கமாக வாழ்வது ஜப்பானியர்களுடைய பண்பாடு. அவர்கள் இதை 'வா' என்பர். 'ஹைகூ'க்களில் இந்த 'வா'வைப் பார்க்கலாம்.

சியோனிக்குச் சொந்தக் கிணறு உண்டு. ஆனால் பக்கத்து வீட்டில் போய்த் தண்ணீர் இரக்கிறாள். ஏன்?

> யாராவது எனக்கு நீர் கொடுங்களேன்
> என் கிணற்றைப் பிடித்துக் கொண்டது...
> பூத்த இளங்கொடி

பாரி தேரைத்தான் தந்தான்; சியோனியோ கிணற்றையே தந்துவிடுகிறாள்.

துயர நேரத்திலும் வாழ்க்கையை ரசிக்கிற ரகசியத்தை பாஷோ கற்றுத் தருகிறார்.

> இந்த அழகிய கிண்ணத்தில்
> பூக்களை அடுக்கிவைப்போம்
> அரிசிதான் இல்லையே!

பாஷோவின் அழகுணர்ச்சி ஆச்சரியம் தருகிறதென்றால், மசாஹிடேயின் உணர்ச்சி அதிர்ச்சியைத் தருகிறது. தீ விபத்தில் அவருடைய வீடு எரிந்து போனதில் அவருக்குத் திருப்தியாம்! ஏன் தெரியுமா?

> என்வீடு எரிந்து போனதால்
> நன்றாகப் பார்க்கமுடிகிறது...
> உதிக்கும் நிலாவை

இந்தக் கவிதையைப் பாருங்கள்; நம்முடைய இலக்கிய விமர்சகர்கள் ஞாபகத்திற்கு வருவார்கள்.

> இந்த அழகிய பூக்களிடையே
> ஒரு மரங்கொத்தி தேடுகிறது...
> செத்த மரத்தை
>
> — ஜோசோ

ஒரு காட்சியில் வாழ்க்கையின் அற்புதமான தரிசனத்தைக் காட்டும் வல்லமை ஒவ்வொரு 'ஹைகூ'வுக்கும் உண்டு. இதோ சில 'ஹைகூ'க்கள்.

நாற்று நடும் பெண்கள்
எங்கும் சேறு...
அவர்கள் பாட்டைத் தவிர

— ரைஸான்

மெதுவாக என் தோளைப் பற்றிய
இறந்த நண்பனின் கை போல்...
இந்த இலையுதிர்கால வெயில்

— குசடாஓ

ஆலயமணியின் மீது
ஓய்ந்து உறங்குகிறது
வண்ணத்துப் பூச்சி

— பூசன்

சிறைப் பிடித்த விரல்களில்
தீபம் ஏற்றியது
மின்மினி

— தைகி

ஒவ்வொரு 'ஹைகூ'வும் ஒரு மின்மினிதான்.

18.1.84

முள்ளை விதைத்தால் ரோஜா முளைக்கிறது

காதலுக்கும் காம்பஸ் கருவிக்கும் ஏதாவது சம்பந்தம் உண்டா? மொட்டைத் தலையும் முழங்காலும் என்றுதானே நினைப்போம். கவிஞர் ஜான் டன் இரண்டையும் தன் கவிதையால் முடிச்சுப் போட்டுக் காட்டி நம்மை அதிசயத்தில் ஆழ்த்துகிறார்.

காதலியைப் பிரிந்திருக்கிற நேரம். எதிரில் காம்பஸ் கருவி. அதில் தம்மையும் தம் காதலியையும் பார்க்க ஆரம்பித்துவிடுகிறார் டன்.

கவிஞன் எதிலும் கவிதையைக் காண்பான். காதலன் எங்கும் காதலியை தரிசிப்பான். மங்கலமான

காமாலைதான்! டன் - கவிஞர்; காதலர். விளைவு - காம்பஸ் காதலைச் சுற்றி வட்டமடிக்கிறது!

> ஒரு கால் தொலைவில்
> சுற்றும் போது
> நிலையாக நடுவில்
> நிற்கும் கால்
> அதையே கவனிக்கும்;
> அதை நோக்கிச் சாயும்.
> அது வீடு திரும்பினால்
> நிமிரும்.
>
> காதலியே! நீயும்
> அதைப்போல இரு
> நீ உறுதியாக இருந்தால்தான்
> நான் சரியாக
> வட்டம் வரைய முடியும்;
> தொடங்கிய இடத்தில்
> முடிக்க முடியும்!

ஆண், பெண்ணை ஆதாரமாக உடையவன். அவள் சரியில்லை என்றால் அவன் கோணல் மாணலாக நடக்க ஆரம்பித்துவிடுவான் என்பதை டன் எவ்வளவு அழகாகச் சொல்லிவிடுகிறார்!

ஒரு தெள்ளுப் பூச்சி டன்னையும் கடித்துவிட்டு அவருடைய காதலியையும் கடித்துவிடுகிறது. நமக்கென்றால் கோபம் வந்திருக்கும். டன்னுக்குக் கவிதை வருகிறது.

> இந்தப் பூச்சியில்
> நம் ரத்தம்
> கலந்து விட்டது;
> ஆனால்
> பாவம் ஒன்றும்

நடக்கவில்லை;
உன் கற்பும்
களங்கப்படவில்லை!
இந்தப் பூச்சி
நம் கல்யாண மண்டபம்;
சாந்திக் கட்டில்!

கவிஞனின் கற்பனை செலவும் சிரமமும் இல்லாமல் எவ்வளவு சுலபமாகக் கல்யாணத்தையும் சாந்தியையும் முடித்து வைத்துவிடுகிறது!

ஜான் டன், ஜார்ஜ் ஹெர்பர்ட், ரிச்சர்ட் கிரஷா, ஆண்ட்ரூ மார்வல் இவர்களை எல்லாம் ஆங்கிலக் கவிதை உலகில் ஆன்மிகக் கவிஞர்கள் (Metaphysical Poets) என்கிறார்கள். இவர்கள் சிலுவை நாயன்மார்கள்; கிறிஸ்துவ ஆழ்வார்கள். இவர்கள் காதலியிடம் இயேசுவையும், இயேசுவிடம் காதலியையும் காண்பவர்கள். இவர்கள் கற்பனைக்குக் கடிவாளமில்லை. எதையும் வித்தியாசமாகச் சிந்திக்கிறார்கள். விசித்திரமும் வினோதமும் நிறைந்தது இவர்கள் கவிதை உலகம்.

ஜான் டன்னின் மரபில் வந்தவர் கிரஷா. இயேசுவிற்காக அழுத மேரி மக்தலேனாவைப் பற்றிய அவருடைய கவிதைகள் கண்ணீரில் பூத்த கமலங்கள். மக்தலேனாவின் கண்ணீரை

கண்கள் உதிர்க்கும்
நட்சத்திரங்கள்!
வானத்துத் தேவதைகளின்
ஆசை மது!
வேதனை, தன்னை
அலங்கரிக்க அணியும்
முத்து மாலை!

என்றெல்லாம் வருணிக்கிறார். ஆனால் இவை

எல்லாவற்றையும் விட,

> இந்தக் கண்ணீர்
> தனக்காகவே அழுகிறது!
> அழகான இடத்தை
> விட்டுவிட்டு வந்ததற்காக

என்ற வரி சிலிர்க்கவைக்கிறது.

கவிதை இனிமையான பிரச்சாரகன். அதன் மதுரமான மொழிகளில் யாரும் மதம் மாறிவிடுவார்கள். சில பக்திப் பாடல்கள் நம்மை விரட்டும். கிரஷாவின் கவிதைகளோ காதலியின் புன்முறுவல் போன்ற வசிய அழைப்புக்கள். இயேசுவைப் பற்றிய கிரஷாவின் கவிதைகள் இயேசுவின் பகைவர்களையும் அவர் மீது பிரியம் கொள்ளச் செய்துவிடும்.

இயேசுவிற்கு ஞானக் குளியல் நடக்கிறது. கிரஷா கூறுகிறார்:

> அந்த மேனியில் விழுந்த
> புண்ணியத் துளி ஒவ்வொன்றும்
> தன்னையே சுத்தப்படுத்திக் கொண்டது;
> துளிகள்
> மேனியில் இருந்தபோது
> வைரம்;
> விழும்போதோ
> கண்ணீர்!

இயேசு குருடனுக்குக் கண் பார்வை அளித்ததைக் கிரஷா இவ்வாறு கூறுகிறார்:

> நீ காதிடம் பேசவில்லை
> கண்ணிடம் பேசினாய்
> யாரும்
> இப்படிப் பேசியதில்லை.

இயேசுவின் தலையில் முள் முடியை வைத்து அழுத்திய நிகழ்ச்சியைக் கிரஷா கூறும் விதம் உருக்கமானது. இயேசுவின் முகத்தில் முள் குத்தி ரத்தம் வடிந்ததை அவர் இப்படிச் சொல்கிறார்:

> இத்தகைய இரக்கமுடைய
> நிலத்தை
> யாராவது கண்டதுண்டா?
> இங்கே
> முள்ளை விதைத்தால்
> ரோஜா முளைக்கிறது.

21.2.84

கலையாத கூடாரங்கள்

அரபிக் கவிதைகள் ஒட்டகத்தின் பிள்ளைகள். பாலைவனத்தின் பயண சிரமத்தை மறப்பதற்கு அரபியர்கள் பாடும் போது தங்களைச் சுமந்து செல்லும் ஒட்டகங்களின் நடை லயத்திற்கு ஏற்ற தாள லயத்தில் பாடினார்கள். அரபிக் கவிதை இப்படித்தான் பிறந்தது.

அந்த நாடோடிக் கூடாரவாசிகள் கவிதைக்கும் 'கூடாரம்' என்றே பெயரிட்டார்கள். காலப் புயலில் கலையாமல் நிற்கும் இந்தக் கூடாரங்களில் குடியேறிய அழகான எண்ணங்கள் இலக்கிய உலகில் நிரந்தரமாகவே தங்கிவிட்டன.

அரபியர்கள் சந்தைக்குப் போகும் போது விற்பனைச்

சரக்குகளோடு தங்கள் கற்பனைச் சரக்குகளையும் கொண்டு போவார்கள். ஆண்டுக்கு ஒருமுறை கூடும் 'உகாஸ்' என்ற பெரிய சந்தையில் கவிதைத் தேர்தல் நடக்கும். தேர்ந்தெடுக்கப்பட்ட சிறந்த கவிதைகள் பொன்னெழுத்துக்களால் (உண்மையாகவே) பொறிக்கப்பட்டு, காபா ஆலயத்தின் சுவர்களில் தொங்கவிடப்படும். இந்தத் 'தொங்கு கவிதைகள்' தாம் அரபி இலக்கியத்தின் மூத்த கவிதைகள்.

அந்தக் காய்ந்த பூமியில் புல்லுக்குத்தான் பஞ்சம்; சொல்லுக்கு அல்ல. அரபி மொழியின் சொல்வளம் அதிசயமானது. வாளைக் குறிக்க ஆயிரம் சொற்களும் ஒட்டகத்தை அழைக்க ஆயிரம் சொற்களும் அந்த மொழியில் குவிந்திருக்கின்றன. மானை அதன் எட்டு வகைப் பருவத்திற்கேற்ப அழைப்பதற்குத் தனித் தனிச் சொற்கள் அம்மொழியில் உள்ளன. 'மொழி அமைப்பில், மனித மூளை கண்டு பிடித்த மிகப் பெரிய அற்புதம் அரபி மொழி' என்ற பேராசிரியர் ஸகாவின் பாராட்டுரை வெறும் வார்த்தை அன்று.

இந்த வளமான வயலில் விளைந்த கவிதைகள் செழிப்பாக இருப்பதில் வியப்பில்லை. அரபிய சமூகத்தில் கவிஞர்களுக்கு உயர்ந்த மதிப்புத் தரப்பட்டது. புகழின் உதயமும் அஸ்தமனமும் அவர்கள் நாவின் அசைவுக்குக் காத்திருந்தன. அவர்களுடைய சொற் பொறிகளிடம் அரபகம் முழுவதும் கணத்தில் காட்டுத் தீயாகும் வல்லமை இருந்தது.

இயற்கை கருமியாக இருக்கும் அந்த வறண்ட பூமியில் அபூர்வமாகத் தட்டுப்படும் அழகுகளை அவர்கள் தாகத்தோடு அனுபவித்தார்கள். அவலட்சணமான ஒட்டகத்திலும் அவர்கள் அழகைக் கண்டார்கள்.

இன்று புதுக்கவிதையில் நாம் பார்த்து வியக்கும்

அற்புதமான படிமச் சிற்பங்களை வடிக்கும் கலைத் திறம் அன்றே அவர்களுக்குக் கைவந்திருந்தது.

உதயமும் அஸ்தமனமும் பாலைவனத்தில் அற்புதமான காட்சிகள். அரபிக் கவிதைகள் இந்த அழகான காட்சிகளை அழியாத சித்திரங்களாகத் தீட்டி வைத்திருக்கின்றன.

அடிவானில் வெளிச்சம்; இருள் விலகுகிறது. இப்னு முகானா அதைச் சொல்லும் விதம் புதுமையானது.

> இரவின் இருள் விலகுகிறது
> உதய வெளிச்சம் தெரிகிறது
> காகம் மேலே பறக்க
> ஒளிந்திருந்த முட்டை தெரிகிறது!

இப்னு பர்தின் உதய வருணனை உதயத்தை விட அழகானது.

> திரியில் சுடரேற்ற முயன்ற
> அஜாக்ரதையான விரல்களால்
> ஒரு கறுப்புக் கொசுவலை
> தீப்பற்றி எரிகிறது!

மரணக் கருவியாகிய வாளைக்கூட இப்னு ஷுஹைதின் கற்பனை அழகாக்கிவிடுகிறது.

> உடைவாள்
> ஓர் உறையிலிட்ட ஓடை;
> தன் தாகம் தணிக்க
> இந்த ஓடைக் கரைக்கு வரும்
> மரணம்!

தொடர்ந்து கண்ணீர் வடிக்கும் கண்களைப் பார்த்த இப்னு ஹையுன் அதற்குக் கூறும் காரணம் சுவையானது.

> விழிப் படகில் உள்ள 'பாவை'
> மூழ்கிவிடுவோமோ என்று அஞ்சிப்
> படகில் திரண்ட நீரை
> வெளியே இறைத்துக் கொண்டிருக்கிறாள்.

நரை முடி ஏன் வெள்ளையாக இருக்கிறது? அல் பதா அல் கபிப் காரணம் கூறுகிறார்.

> என் தலைமுடி
> ஏன் வெள்ளாடை
> தரித்திருக்கிறது என்கிறீர்களா?
> இறந்து போன
> என் இளமைக்குத்
> துக்கம் கொண்டாட!

(துக்கம் கொண்டாடுவோர் வெள்ளாடை அணிவது அந்நாட்டு வழக்கம்)

இப்னு கையாத்துக்கு நரை வருத்தப்படுவதற்குரிய விஷயமல்ல; பெருமைப்படுவதற்குரிய விஷயமாகி விடுகிறது.

> என் இருட்டில்
> உதயம் பிரகாசிக்கிறது!
> இதற்கு வருத்தப்படுவானேன்?

என்ற அவர் கேள்வியில் அழகான நியாயம் இருக்கிறது அல்லவா?

அல் நஷ்ஷாரின் காதலியின் கன்னத்தில் இதழுக்குப் பக்கத்தில் ஒரு கறுப்பு மச்சம். அதை அவர் எப்படிப் பார்க்கிறார் தெரியுமா?

> ரோஜாவைக் கொய்வதா?
> கோவையைப் பறிப்பதா?
> திகைத்து நிற்கிறான்
> கறுப்புத் தோட்டக்காரன்!

அல் புகைராவின் காதலி அவரைப் பிரிந்த போது கண்ணீர் வடித்தாள்; மீண்டும் சந்தித்த போது புன்னகை புரிந்தாள். அவருக்கு அழகான சந்தேகம் எழுகிறது.

அன்று பெய்த மழையில்
பூத்த மலரா இது?

உமர் இப்னுல் பரீதுக்கு அவருடைய காதலியின் கூந்தல் இரவின் இருட்டாகத் தெரிகிறது. அந்த இருட்டில் எங்கே தவறிவிடுவோமோ என்று அவருக்கு பயம். ஆனால் நம்பிக்கைக்கும் இடமிருக்கிறது என்கிறார்.

அவள் கூந்தல் இரவில்
நான் தவறினால்
அவள் ஒளி வதனம்
வழிகாட்டும் விளக்காகும்.

அஹமத் ஜகி அபூ ஷாதி தமக்கு மரணமே வராது என்கிறார். அதற்கு அவர் கூறும் காரணம் மெய்சிலிர்க்க வைக்கிறது.

எனக்கு மரணம் இல்லை!
காதலி!
உன் பாதம் பட்ட பூமியில்
எந்த உயிர்தான் அழியும்?

இப்னு அல் ஹம்மாராவுக்குத் தூக்கமே வரவில்லை. கஷ்டப்பட்டுக் காரணத்தைக் கண்டு பிடித்து விடுகிறார்.

துயில் பறவை
என் கண்ணைக்
கூடென்றுதான் நினைத்தது;
ஆனால்
என் இமை ரோமங்களைப் பார்த்து
பயந்துவிட்டது
'கண்ணி'யென்று!

தன்னைச் சுற்றிப் பிரச்சினைகளை வளர்த்துக் கொண்டு அவற்றைத் தீர்க்க முடியாமல் பரிதவிக்கும் மனிதனைப் பட்டுப் புழுவோடு ஒப்பிடுகிறார் அபுல் பத் அல் புஸ்தி.

பட்டுப் புழுவைப்
போன்றவன் மனிதன்;
அது
தன் கூட்டைக் கட்டுகிறது;
அதற்குள்ளேயே
துயரத்தோடு செத்து விடுகிறது.

இந்த உலகமே தன்னுடையதுதான் என்று தலை நிமிர்ந்து திரிந்தவர்கள் எத்தனை பேர்? இதைக் 'கட்டி' ஆண்டு கர்வம் கொண்டு அலைந்தவர்கள் எத்தனை பேர்? அவர்கள் எல்லாம் இன்று எங்கே? அல் மார்ரி விடை சொல்கிறார்.

இந்த உலகம்
பயங்கரமான மணப்பெண்
எத்தனையோ மாப்பிள்ளைகளைக்
கொன்றுவிட்டு
இன்னும்
கன்னியாகவே இருக்கிறாள்!

அரபியர்கள் இன்று எண்ணெய்க் கிணறுகளால் உலகத்தையே விலை பேசுகிறார்கள். ஆனால் அவர்களுடைய எண்ணக் கிணறுகள் இதயங்களை அல்லவா வாங்கிக் கொள்கின்றன!

9.5.84

☆

எட்டு வயது அதிசயம்

அவளுக்கு எட்டு வயது. அவளுக்கு முன் அவளுடைய சொற்கள் பூப்படைந்துவிட்டன. சிற்றில் கட்டி விளையாடும் பருவத்தில் அவள் சலவைச் சொற்களால் தாஜ்மஹல்களைக் கட்டிக்கொண்டிருந்தாள். புத்தகத்தைக் கற்கும் வயதில் அவள் ஒரு கவிதைப் புத்தகத்தின் ஆசிரியையாக இருந்தாள்.

அந்த எட்டு வயது அதிசயத்தின் பெயர் மினுதுரூயே. மினுவை வளர்த்தவர் திருமதி துரூயே. அவர் கண் வெளிச்சம் அணைந்த காலத்தில் மினுவைத் தத்தெடுத்துக்கொண்டார். அவள் அவருக்குக் கண்ணாகவும் உயிருள்ள ஊன்றுகோலாகவும் இருந்தாள்.

துரூயே கலையுள்ளமும் எழுத்துத் திறமையும் உடையவர். அவருடைய நிழலில் வளர்ந்த மினுவின் உள்ளம் இந்த வெளிச்சத்தை, நறுமணத்தை அவரிடமிருந்து வாங்கிக் கொண்டது. மினு தன் தாயிடம் விளையாட்டுப் பொருள்களைக் கேட்பதில்லை; வினாக்களுக்கு விடைகளைக் கேட்டுக்கொண்டிருப்பாள். 'நானே ஒரு நடமாடும் வினாக்குறி' என்று அவளைப் பற்றிச் சொல்லிக் கொள்வாள். துரூயே மினுவின் கல்வியில், இசைப் பயிற்சியில், கடிதம் வரைவதில் ஊக்கம் தந்து வந்தார்.

அம்மாவும் பெண்ணும் பொழுதெல்லாம் பேசிக் கொண்டேயிருப்பார்கள். இந்தப் பேச்சு மினுவை வார்த்தது; வடிவாக்கியது; வர்ணம் தீட்டியது. அவளுடைய இதயத்திற்குச் சிறகுகள் முளைத்தன. கவித்துவத்தின் அழகிய உயரங்களை அவள் தொட ஆரம்பித்தாள்.

அவள் ததும்பி வழிந்துகொண்டிருந்தாள். தன்னை அள்ளி அள்ளிக் கொடுத்துக்கொண்டிருந்தாள். பேசுவது என்றால் அவளுக்கு மிகவும் பிடிக்கும். நண்பர்கள் கிடைத்தால் அவர்களிடம் பேசுவாள். யாரும் கிடைக்கவில்லை என்றால் தன்னிடமே பேசிக் கொள்வாள். அவள் கவிதை கூடக் காகிதங்களோடு அவள் பேசிய பேச்சுத்தான்.

'ஆர்பர் மோன் அமி' என்ற அவளுடைய பிரெஞ்சுக் கவிதைத் தொகுதி வெளி வந்தபோது கலைகளின் தலைநகரான பாரீஸ் வியப்பால் திகைத்தது. அவளுடைய தகுதியைப் பற்றி சர்ச்சை கிளம்பியது. ஒரு பிறை பௌர்ணமியின் பாஷையில் பாடுகிறது என்று விமர்சகர்கள் வியந்தார்கள். 'எட்டு வயதுக் குழந்தையாவது, கவிதை எழுதுவதாவது; எல்லாம் அவளுடைய அம்மா எழுதித் தருவது' என்று சிலர் நம்ப

மறுத்தார்கள்.

மினுவின் கவிதைகளை வெளியிட்ட பதிப்பாளர் இந்த சந்தேகத்தைப் போக்குவதற்காக மினுவின் தாயை அவளை விட்டுச் சில நாட்கள் பிரிந்து இருக்குமாறு செய்தார். தாய் அருகில் இல்லாத இந்த நாட்களிலும் மினு கவிதைகள் எழுதினாள்; கடிதங்கள் வரைந்தாள். அவள் முன்பு எழுதிய எழுத்துக்களுக்கும் இவற்றுக்கும் எந்த வேறுபாடும் இருக்கவில்லை. ஒரு கொடியின் பூக்களில் எப்படி வித்தியாசம் இருக்கும்?

ஒவ்வொரு குழந்தையும் கவியாகவே பிறக்கிறது. நம்முடைய மலட்டுப் பாடத் திட்டங்களால், வறண்ட வாழ்க்கைத் தத்துவங்களால் நாம்தாம் அந்தக் கவியைக் கொன்றுவிடுகிறோம்.

மினு குழந்தைப் பருவத்திலேயே பாட ஆரம்பித்ததால் அவளுடைய கவிதைகளில் இயற்கையின் தூய்மையான அழகு சுடர் விட்டது. நல்லவேளையாக இலக்கியப் பயிற்சியோ, இறந்த காலத்தின் மரபு அறிவோ அவளுக்கு இல்லை. அதனால் அவள் தனித் தன்மையில் எந்த அன்னிய வர்ணமும் படியவில்லை. எந்தப் பழைய ஆடையும் அவளுடைய இதயத்தின் பிறந்தமேனி அழகை மறைக்கவில்லை. அதனால் அவளுடைய கவிதைகள் புதுமையாக, வித்தியாசமாக இருந்தன.

எதையும் புதுமையாக - அதிசயமாகப் பார்க்கும் குழந்தைப் பார்வையோடுதான் அவள் இயற்கையைப் பார்த்தாள். இளம் பருவ அனுபவங்களையும் அவள் குழந்தை உள்ளத்தின் வியப்புடனேயே அனுபவித்தாள். ஆனால் அவள் சொற்களில் அதிசயமான முதிர்ச்சி இருந்தது.

எதற்குள்ளும் தளைபட்டுச் சிக்க விரும்பாத சுதந்திர

மனநிலை அவளுடைய கவிதைகளில் வெளிப் படுகிறது.

புயலில் அலையும்
மேகம்தான் என் இதயம்
இந்த உலகின்
எந்தக் கையாவது
அதைப் பிடிக்க முயன்றால்-
அந்தக் கை
படபடக்கும் சிறகுகளை,
இமையை,
இதயத்தை,
ஒலிக்கும் மணிப்பொறியைத்தான்
தொட்டது போல் உணரும்;
முடிவில் ஒன்றும் தெரியாது.
ஆனால்
மூடிய கையைத் திறந்து பார்த்தால்
விரல்களென்ற
சதை மெழுகுவத்திகளைச்
சுடரேற்ற
மேகத்திலிருந்து
மிஞ்சியதோர் எச்சமாய்
ஒரேயொரு மழைத்துளியும்,
அசைந்தாடும் வானவில்லின்
ஆடையும்தான் இருக்கும்

என்று மினு தன் சுதந்திர இதயத்தை அழகாக அறிமுகம் செய்கிறாள்.

மினுவின் கவிதைகளில் ஒரு மர்மமான துயரத்தின் நிழலாடுகிறது; இனம் புரியாத ஏக்கம் இழையோடுகிறது. அவள் கவிதைப் பூக்களில் எல்லாம் கண்ணீர் பனித்துளியாக மின்னுகிறது.

என் இதயம் ஒரு
காற்றுப் படகு;
நங்கூரம் இல்லாத படகு;
'தூரம்'- தன்
சோக வசியக் கரம் அசைத்து
அழைக்கின்ற படகு.

துயரங்களைத் தவிர
என் படகில்
வேறு சுமையில்லை.

புதுமையை -மாற்றத்தைக்
காணும் ஆசையில்
இங்கே - இப்போது
இருப்பவற்றில் சலிப்புற்று
துயரோடு திரும்பும்;
நாளை நாளை என
நாடும்;
ஆனால் அந்த
'நாளை' வந்தால்
அதையும்
நாடாது, நிற்காது.

என்ற அவளுடைய கவிதை சலிப்பூட்டும் வாழ்க்கைத் துறைகளில் அவளுக்குள்ள வெறுப்பையும், அவளை எப்போதும் இயக்குகின்ற உன்னதமான தேடலையும் உணர்த்துகிறது.

தன்னுடைய இசை ஆசிரியைக்கு அபூர்வமான பரிசு தர விரும்புகிறாள் மினு. இரவில் பூங்காவுக்குள் போகிறாள். ஆனால் வெறும் பூக்களைப் பறிக்க அவளுக்கு விருப்பமில்லை. அவளுக்கு வேண்டியவை அபூர்வமான பூக்கள்.

என் துயரத்தை விட
பயங்கரம் குறைந்த
இரவிலிருந்து -
உனக்காகப்
பூக்களைப் பறிக்க
முயன்றேன்
பூக்கள்!
இதுவரையில்
யாரும் அறியாத
எந்தக் கையும் கொய்யாத
பூக்கள்! -
எனவே
இரவின் கன்னத்தில்
கண்ணீரேபோல் மின்னும்
நட்சத்திரங்களை
வானத்திலிருந்து
ஒவ்வொன்றாய்ப் பறித்தேன்.

ஒரு மரத்தைப் பார்க்கும் போதும் அவளுடைய குழந்தை உள்ளம் அதைத் தானாக உணர்கிறது.

என் செல்ல மரமே!
கதைப் புத்தகம் போல்
உன் பக்கங்களைப் புரட்டும்
காற்றின் மீட்டலில்
இசைபாடும் என் மரமே!
உன் பசுங் கூந்தலை
உயிருள்ள கைகளை
அசைக்கின்ற மோனத்தின்
கேளாத குரலை
என்னைப்போல் கேட்டுணரும்
இனிய மரமே!

> என்னைப்போல் தனிமரமே!
> வானத்தில், சேற்றில்
> என்னைப்போல் இழந்துநின்று
> கொட்டும் மழையில்,
> நடனமிடும் ஒளியில்
> மெருகேறும் மரமே!
> காற்றுத் துயரத்தின்,
> பறவை மகிழ்ச்சியின்
> எதிரொலியே!

என்று மரத்தோடு உறவு கொண்டாடுகிறாள்.

இயற்கைத் தாயின் செல்லக் குழந்தையாகத் தன்னைக் கருதும் மினு அவள் படைத்த அழகிய பொருள்களெல்லாம் தான் விளையாடுவதற்கான பொம்மைகள் என்று நினைக்கிறாள். அதனால்

> அலையாடும் பொய்கையே!
> வானத்தை
> மேகத்தை
> சூரியத் தங்கப் பந்தை
> நான் விளையாடப்
> பிடித்துத் தரும்
> கண்ணாடியே!

என்று பொய்கைக்கு நன்றி கூறுகிறாள்.

மேகம் அவளுக்கு மிகவும் விருப்பமான பொம்மை. அவள், இதயத்தில் அது அதிகமான இசையை மீட்டுகிறது.

> இறகுகளின்
> வேலி வரிசை போன்ற
> மேகங்களே!
> வண்ணநுரைப் பறவைகளே!

எனக்குரிய
மற்றோர் உலகிலிருந்து வருகின்ற
சிறகுப் பறவைகளே!
வலையில் அகப்பட்ட விலங்கின்
துடிக்கும் மனம் போன்ற
மேகங்களே!
பஞ்சுக் கம்பளிப் பொதிகளே!
எனக்கு
மோனம் என்னும்
மெல்லிய பாதையைக் காட்டும்
படகின்
பாய்மரச் சேலைகளே!
மலைகள் போல்
என்னை நோக்கி
நகர்ந்து வந்தாலும்
என் நெஞ்சில்
இனிய இசையைக்
கிளர்வதன்றி
வேறொன்றும் செய்யாத
மேகங்களே!

என்று அழகான படிமங்களில் மேகங்களைப் பிடித்துத் தருகிறாள். மேகங்கள் அவளைப் போலவே மண்ணின் புழுதியை விரும்பாமல் உயரத்தில் சோகமாக உலவுவதால் மினு அவைகளை மிகுதியும் விரும்புகிறாள்.

மினுவின் கடிதங்களும் கவிதைகளாகவே மலர்கின்றன. அவற்றில் அழகான கற்பனைகளும், குழந்தை மனக் கனவுகளும் வானவில்லின் வர்ணங்களாகவே ஒளி வீசுகின்றன. தன் இசை ஆசிரியை பற்றி அவள் எழுதிய கடிதம் அற்புதமான கவிதை. அவள் எழுதுகிறாள்:

நான் மிகவும் பாராட்டும் பெண் என் இசை ஆசிரியை.

உண்மையில் அவள் பெண்ணல்ல; இசை! அவள் இசையாகையால் அவளுக்கு அப்பாவும் இல்லை; அம்மாவும் இல்லை! சின்னப் பெண்ணும் இல்லை. அவளுக்குப் பத்து விரல்களும் ஒரு பியானோவும்தான் உண்டு. இசையிலிருந்து பறந்துவிடாமல் தடுக்க இரண்டு கால்களும் உண்டு. படகுக்கு நங்கூரம் போல! காற்று தான் அவள் அப்பா. அது இலையுதிர் காலத்தின் வாடிய இலைகளையும் அணிலின் அந்தி வர்ண மயிர்த் திரளையும் சேகரித்து அவளுக்குக் கூந்தல் நெய்து கொடுத்தது. ஒரு பழுப்புப் புதரின் அழகிய கொட்டைகளை வெயிலில் தங்கமாக மெருகேற்றி ஒரு தேவதை அவள் கண்களைச் செய்தது. காற்று தன் கவலையைக் காடெல்லாம் கூக்குரலிட்டுக் கூறியது. அதுவே அவள் நெற்றியாயிற்று.

கடல்தான் அவள் அம்மா. அதுகூழாங் கற்களில் கீதம் இசைத்தது. அதுவே அவள் வாயாயிற்று. அழகான முத்துக்கள் எங்கே விளைகின்றன என்று நான் கேள்விப்பட்டிருக்கிறேன். ஆனால் அதையெல்லாம் நான் நம்ப விரும்பவில்லை. அவளுடைய விரல்களின் வண்ணத்துப் பூச்சிச் சிறகுகள் இசைக் கருவியைத் தொட்டதும் ஒரு முத்துப் பிறக்கும்; உருண்டையான சுத்தமான முத்து. எனக்கு இப்படிக் கிட்டப் பார்வை மட்டும் இல்லாமல் இருந்தால் வாத்தியத்திற்கும் அவள் விரல்களுக்கும் இடையே மின்னும் முத்தின் வானவில்லையும் நான் பார்த்திருக்க முடியும்.

எட்டு வயது வாயிலிருந்து இத்தகைய வார்த்தைகள் வந்தால் யார் தான் சந்தேகப்பட மாட்டார்கள். மினுவின் எழுத்துக்களைப் பற்றி சந்தேகம் கொண்ட ஒருவர் அவளுக்கே எழுதினார். இதைப் படித்த மினு வருந்தினாள். "இதுஉண்மையானால் நான் எழுதியவற்றை எல்லாம் எரித்துவிட்டு மீண்டும்

பள்ளிக்கூடத்திற்குப் போவதுதான் நான் செய்யக்கூடியது... கடலிலிருந்தும் மேகத்திலிருந்தும் கனவிலிருந்தும் ஒலிக்கும் குரலை நான் அச்சத்தோடு நினைக்கிறேன். நான் எழுதிய கவிதைகளை என் இதயத்தின் செவிகளில் முணுமுணுக்கிறேன்'' என்று மினு எழுதினாள்.

லூயிஸ் அண்டர்மேயர் என்ற திறனாய்வாளர், "மினு துரூயேவின் கவிதைகளைப் பற்றி எனக்கு ஐயம் இல்லை. எண்ணங்கள், உணர்வுகள், எல்லாவற்றையும் விடப் பொருள்களைக் காணும் பார்வை, வெளியிடும் முறை ஆகியவை என்னதான் ஓர் அசாதாரண - கருவிலே திருவுடைய குழந்தையாக இருப்பினும், குழந்தைக்கே உரியவை. இவை சின்னப் பெண் குழந்தையின் இதய எதிரொலிகளே. வயதைப் பற்றிக் கவலைப்பட வேண்டாத கவியின் படைப்புகளே'' என்று உத்திரவாதம் தருகிறார்.

"மினுவின் கூர்த்த பார்வை, மனக் காட்சியின் புதுமை, இயற்கையோடு அவள் கொண்டிருந்த நெருங்கிய உறவு - இவை பிள்ளைப் பருவத்தின் அற்புத மந்திர உலகிற்கே உரியவை. இவற்றைப் பொய்யாகப் படைக்கமுடியாது'' என்று 'டைம்ஸ்' ஏட்டின் இலக்கிய அனுபந்தம் வாதம் செய்தது.

கவிதை மொழியின் அதிசயம். மினு அந்த அதிசயத்திற்குள் அதிசயம்.

6.6.84

☆

சொர்க்கப் பாதை

'வளைவதென்பது நிமிர்வதாகும்;
காலியாக இருப்பது நிரம்புவதாகும்;
கந்தலாக இருப்பது புதிதாவதாகும்'

'நன்கு மூடிய கதவு
தாழ்ப்பாளைப் பயன்படுத்துவதில்லை'

'மென்மை வன்மையை வெல்கிறது'

'அதிகமாகத் தருபவன்
அதிகமாகப் பெறுகிறான்;
அதிகமாகச் சேகரிப்பவன்
அதிகமாக இழக்கிறான்'

'ஒன்றும் செய்யாமல் இருப்பதால்
எல்லாம் செய்யப்படுகிறது'

'தன்னை வெளிப்படுத்துகிறவன்
தெளிவாகத் தெரிவதில்லை'
'தான் அறிந்தவனில்லை என்று
அறிகிறவனே உயர்ந்த அறிஞன்'

இவையெல்லாம் அபத்தமான முரணுரைகளாத் தோன்றும். இவை 'தாவோ'வின் தத்துவங்கள் - ஞானத் தொலைநோக்குக்கு மட்டும் புலப்படும் நட்சத்திரங்கள்.

''என் போதனை மடமை போல் தோன்றுகிறது என்று உலகமெல்லாம் சொல்லுகிறது. என் போதனை உயர்ந்ததாக இருப்பதால்தான் இப்படித் தோன்றுகிறது'' என்று தன் தத்துவத்திற்குத் தாமே விளக்கம் தருகிறார் 'தாவோ'வின் பிரம்மா லாவோட்ஸே.

2400 ஆண்டுகளுக்கு முன் சீன நாட்டில் லாவோட்ஸே என்பவரால் உருவாக்கப்பட்ட தத்துவம்தான் 'தாவோ'. ஐயாயிரம் சொற்களாலான அவருடைய 'தாவோ' நூல் கீழை நாட்டுத் தத்துவங்களில் ஒரு கிரணப் புதையல்.

இயற்கைத் தேவியின் முகத்திரையை மட்டுமல்ல அவளுடைய மேனியைக் கூட ஒப்பனையாக உணர்ந்து, விலக்கி, இவற்றிற்கு அடியில் ஒளிந்து கிடக்கும் அவளுடைய ஆன்மாவைக் காணும் கண்கள் தாவோ தத்துவத்திற்கு உண்டு.

நவீன மனிதனின் பிரச்சினைகளுக்கும், துயரங்களுக்கும் காரணம் நாகரிகம் என்ற பெயரில் அவன் தன் தூய்மையான மூலப் பண்பிலிருந்து வெகு தூரம் விலகிச் செயற்கைப்பட்டுப் போனதுதான். தாவோ மனிதனை அவனுடைய இயல்பான மூல நிலைக்கு அழைக்கிறது.

மனிதத் தன்மையின் இயல்பான எளிமையை, வாழ்க்கையின் இயல்பான ஆற்றொழுக்கை எதுவும் தலையிட்டுக் கெடுக்காமல் பாதுகாப்பதில் தான் அமைதியும், ஆனந்தமும் கிடைக்கும் என்பதுதான் தாவோவின் அடிப்படைத் தத்துவம்.

போர்க் காலங்களில் படை வீரர்கள் வர்ணம், செடி, கொடிகள் இவைகளைப் பயன்படுத்திப் பகைவர்கள் கண்ணில் படாமல் தங்களை மறைத்துக்கொள்வார்கள். இந்தப் பொய்த் தோற்றம் (Camouflage) பாதுகாப்பை மட்டுமல்ல வெற்றியையும் தரும். சில பிராணிகளும் இந்த விவேக வித்தையைக் கையாள்வதை நாம் அறிவோம். வாழ்க்கையின் வெற்றிக்கும், மகிழ்ச்சிக்கும் இந்த வித்தைதான் உதவும் என்பதை உலகிற்கு முதன் முதலாக அறிவித்தது தாவோ.

முட்டாளாகத் தோற்றமளிப்பதில் உள்ள அறிவை, தோற்பது போல் தோற்றமளிப்பதில் உள்ள வெற்றியை, பலவீனத்தின் பலத்தை, பணிவின் உயர்வை அழகாக விளக்குகிறது தாவோ.

தாவோவின் தத்துவங்கள் முதல் பார்வையில் அதிர்ச்சியூட்டும்; முட்டாள்தனமான முரணுரைகளாகத் தோன்றும். ஆழ்ந்து சிந்தித்தால் அதிர்ச்சிக்கு அப்பால் அற்புதமான உண்மைகள் அணிவகுத்து நிற்பது புலப்படும்; முட்டாள்தன முகமூடிக்கு உள்ளே மோக முட்டும் ஞானத்தின் முகம் முறுவலிப்பதைப் பார்க்க முடியும்.

வர்ணக் கலைஞன் நெருப்பையே அழகிய வர்ணப் பூக்களாக மாற்றி விடுகிறான் அல்லவா? லாவோட்ஸே அப்படித்தான் தத்துவங்களை அழகிய கவிதைகளாக்கி விடுகிறார். ஆனால் அவருடைய நோக்கம் கவிதை புனைவதல்ல. சத்தியம் அழகாக வெளிப்படுகிறபோது கவிதையாகிவிடுகிறது.

இன்மை, வெறுமை இவற்றால்தான் நாம் பயனடைகிறோம் என்றால் நம்பமுடிகிறதா? தாவோ அப்படித்தான் சொல்லுகிறது. தாவோ அதை விளக்கும்போது நாம் பிரமிப்போடு ஏற்றுக் கொள்கிறோம்.

> களிமண்ணால்
> பாத்திரம் வனைகிறோம்
> பாத்திரத்தின் பயன்
> அதன் வெற்றிடத்தால்
> கிடைக்கிறது;
> வீட்டில்
> வாசலும், சாளரமும்
> அமைக்கிறோம்
> வீட்டின் பயன்
> இவற்றின் வெற்றிடத்தால்
> கிடைக்கிறது.

எவ்வளவு பெரிய உண்மை பயங்கரமாக வெளிப் படுகிறது!

இந்தப் பிரபஞ்சத்தின் பயன் கூட வெறுமையினால் தான் கிடைக்கிறது என்கிறது தாவோ.

> ஓ! காற்றுத் துருத்தியைப்
> போலல்லவா இருக்கிறது
> பிரபஞ்சம்!
> காலியாக!
> ஆனால்
> தடையில்லாமல் அல்லவா
> தந்துகொண்டிருக்கிறது!

உண்மைதானே. துருத்தி காலியாக இருப்பதால் தானே வற்றாமல் காற்றை வழங்க முடிகிறது. அது கண்ட பொருள்களால் நிரம்பி இருந்தால் பயனற்றல்லவா

போய்விடும்.

தாவோவின் அகராதியில் 'இன்மை' 'வெறுமை' என்பன எளிமையைக் குறிக்கும். 'நிறைந்திருப்பது' என்பது கர்வத்தை, அகந்தையைக் குறிக்கும். இந்தப் பொருளோடு பார்க்கும் போது தாவோவின் கருத்துக்கள் இன்னும் ஆழம் கொள்கின்றன.

பணிவையும், மென்மையையும் தாவோ உயர்த்திப் பேசுகிறது. சமபலமுடைய படைகள் சந்திக்கும்போது பணிவு உடையவனே வெற்றி பெறுவான் என்கிறது தாவோ.

நீரைப் போன்றவனே
சிறந்த மனிதன்;
எல்லாப் பொருள்களுக்கும்
நீர் பயன்படுகிறது
ஆனால்
அவற்றோடு போட்டியிடுவதில்லை
எல்லோரும்
ஏளனமாய்க் கருதும்
(தாழ்வான) இடங்களில்தான்
அது வசிக்கிறது!

என்று பணிவின் பயன்பாட்டை விளக்குகிறது தாவோ.

வன்மைதான் வெற்றி கொள்ளும் என்ற உலக நம்பிகைக்கு எதிராக மென்மைதான் வெற்றி கொள்ளும் என்று தாவோ கூறும்போது வியப்பேற்படுகிறது. ஆனால்,

நீரை விட பலவீனமானது
வேறொன்றுமில்லை
ஆனால்
வன்மையை வெற்றி கொள்வதில்

> அதை விட உயர்ந்தது
> வேறொன்றுமில்லை

என்று தாவோ வாதிடுகிற போது இன்னும் வியப்போடு அதை நாம் ஏற்றுக்கொள்கிறோம்.

கரைகளையும் அணைகளையும் உடைத்துச் சிதறிச் சீறிப் பாய்ந்துவரும் வெறிபிடித்த வெள்ளம் நம் கண் முன் விரிகிறது. கல்நெஞ்சையும் கரைக்கும் கண்ணீர் நம் நினைவுக்கு வருகிறது. கடையூழியில் அனைத்தையும் அடையாளமில்லாமல் அழித்துத் தன் வாயில் அள்ளிப் போட்டுக் கொள்ளக் காத்திருக்கும் பிரளயம் நம் எண்ணத்தில் முகம் காட்டுகிறது.

மென்மையை வாழ்வின் தோழன் என்றும் வன்மையைச் சாவின் தோழன் என்றும் தாவோ கூறுகிறது. உயிருடையவை மென்மையாக இருப்பதையும், இறந்தவை வன்மையாக இருப்பதையும் அது சுட்டிக் காட்டுகிறது. இந்த அடிப்படையைப் போட்டுக் கொண்டு,

> வலிமையான படை
> போரில் தோற்கும்.
> கடினமான மரம்
> வெட்டப்படும்.
> பெரியதும் வலியதும்
> கீழே இருப்பதற்குரியன.
> மென்மையானதும்
> பலவீனமானதும்
> மேலே இருப்பதற்குரியன

என்று தாவோ அதிசயமான ஞான கோபுரத்தை எழுப்பிக் காட்டுகிறது.

மிகை, இயல்பான எளிமைக்கு எதிரானது; அமைதியான வாழ்க்கைக்கு ஆபத்தானது என்று

தாவோ எச்சரிக்கிறது. 'எப்போது நிறுத்த வேண்டும் என்று தெரிந்தவனுக்கு ஆபத்து வருவதில்லை; அவன் அதிக நாள் இருப்பான்' என்கிறது.

> வில்லை அதிகமாக
> வளைக்காதே
> உடைந்துவிடும்
> ஆயுதத்தை அதிகமாகக்
> கூர் செய்யாதே
> முனை நீண்டநாள் தாங்காது

என்று உதாரணம் காட்டுகிறது.

மக்கள் அமைதியாக வாழ முடியாமல் போனதற்குக் காரணம் அதிகமான அறிவு என்று தாவோ கூறிவது எவ்வளவு பெரிய உண்மை. மிகை, தனி மனிதனுக்கு மட்டுமல்ல சமுதாயத்திற்கும் ஆபத்தானது என்கிறது தாவோ.

> தடைச் சட்டங்கள்
> மிகுதியாக ஆக
> மக்கள்
> மேலும் மேலும் வறுமையடைகிறார்கள்
> கூர்மையான ஆயுதங்கள்
> குவியக் குவிய
> நாட்டில் குழப்பம் பெருகுகிறது
> தொழில் நுணுக்கம்
> வளர வளர
> வஞ்சகப் பொருள்கள்
> மிகுதியாகின்றன
> சட்டங்கள் பெருகப் பெருகத்
> திருடர்கள் பெருகுகிறார்கள்
> எனவே
> ஞானி கூறுகிறான்:
> நான் தலையிடுவதில்லை

மக்கள் தாமே
திருந்திக் கொள்கிறார்கள்!

சட்டங்களால் மனிதர்களைத் திருத்திவிட முடியும் என்று நினைக்கும் அரசியல்வாதிகள் தாவோவின் இந்த ஒரு வாக்கை மட்டும் ஏற்று நடந்தால் உலகம் இப்படி நரகமாக இருக்காதே.

தாவோ காட்டும் பாதை
வில்லை வளைப்பது போன்றது;
மேலே இருப்பது
கீழே வருகிறது;
கீழே இருப்பது
மேலே செல்கிறது;
அதிமானது (நீளம்)
குறைக்கப்படுகிறது;
போதாதது (அகலம்)
விரிக்கப்படுகிறது;
அதிகமாக வைத்திருப்பவர்களிடமிருந்து
எடுத்து
தேவையானவர்களுக்குத்
தருவதுதான்
தாவோ காட்டும்
சொர்க்கப்பாதை!

நரகப் பாதையில் நாம் வெகுதூரம் நடந்து வந்துவிட்டோம். நாம் சொர்க்கத்தை மட்டுமல்ல நம்மையும் விட்டு வெகுதூரம் நடந்து வந்து விட்டோம். நம்மை நோக்கி நடப்போம். சொர்க்கமும் அங்கேதான் காத்திருக்கிறது.

1.8.84

☆

இன்றிரவு பகலில்

புதுக் கவிஞர்கள் என்று சொல்லிக் கொண்டாலும் நம்மில் பலர் இருபதாம் நூற்றாண்டுக்கு வந்து சேரவில்லை. நவீன நாகரிகம் நம் வாழ்க்கைக்குள் நுழைந்த அளவுக்கு நம் உணர்வுகளுக்குள் நுழையவில்லை.

இந்த 'ஜெட்' விமான காலத்திலும் நம் காதலிகள் தேரில்தான் வரவேண்டியிருக்கிறது. வீதியில் 'ஜெயராஜி'ன் சித்திரங்கள் நடமாடிக் கொண்டிருக்கையில் நம் கற்பனையில் இன்னும் 'மணியம்' வரைந்த சரித்திர கால அழகிகள்தாம் உலவிக் கொண்டிருக்கிறார்கள். மின்சாரக் கம்பக் காடுகளுக்குள் நாம் வசித்துக்கொண்டிருந்தாலும் நான்கு விழிகளின்

சம்பாஷணைக்கு நட்சத்திர வெளிச்சம்தான் நமக்குப் பிடிக்கிறது.

காதலை நிலவாக, மலராக, மதுவாக, சங்கீதமாக நினைத்துப் பழகிவிட்ட நமக்கு

சிறுநீர்த் தொட்டியில்
வழுக்கிச் செல்லும்
எரிந்த தீக்குச்சி
காதல்

என்று ஹார்ட்க்ரேன் கூறும் போது முகத்தில் திடீரென்று தண்ணீர் அடித்ததைப் போல் இருக்கிறது.

மேனாட்டுக் கவிஞர்கள் நடைமுறைவாதிகள். கவிதையைக் காதைப் பிடித்து, வீதிக்கு அழைத்து வந்துவிடுகிறார்கள். எதிரே சாக்கடை இருந்தாலும் கூச்சப்படாமல் இறங்கிவிடுகிறார்கள். அவர்களுடைய எண்ணங்களில் நிகழ்கால வாழ்க்கையின் வாசனை வீசுகிறது.

ஆங்கிலப் புதுக் கவிஞர் ஆட்ரியன் ஹென்ரியின் கவிதைகளில் நவீன கால இளைஞனின் குரலை அதிகமாகவே கேட்க முடிகிறது. பழைய காதல் கூட அவருடைய உணர்வில் புதிய உடை அணிந்து கொள்கிறது.

காதல் –
இரண்டு ரசிகரை
மட்டுமே கொண்ட
ரசிகர் மன்றம்.

காதல் -
விளக்கணைக்காத
நேரம்

காதல் -
கிறிஸ்துமஸ் கடைகளில்
வைக்கப்பட்டிருக்கும்
பரிசு

காதல் -
சங்கீதம் நிற்கிறபோது
நேர்கிறதே, அது!

காதல் -
இப்பொழுதும் கொஞ்சம்
வெதுவெதுப்பாக இருக்கிற
இரவு உடை

நமக்குத் தெரிந்த ஊரிலேயே நாம் அறியாத சந்துகளுக்குத் திடீரென்று கொண்டுபோய் விட்டுவிடுகிறார் ஹென்ரி.

காதலின் பிரிவுத் துயரம் கவிதைக்கு மிகவும் பழையது. ஹென்ரி அதை உணர்கிற விதமோ இன்றையத் தனமானது.

நீ இல்லாமல் -
ஒவ்வொரு காலையும்
விடுமுறைக்குப் பின்
வேலைக்குப் போவது போன்றது

நீ இல்லாமல் -
செத்துப் பிறந்த
என் கவிதைகளைப்
பழுப்புக் காகிதம் சுற்றிப்
பிறர் வீட்டு வாசல் முன்
விட்டு வர வேண்டியிருக்கும்

நீ இல்லாமல் -
ரயில் மோதல்களின்

மிச்சம் மீதிகளை
சிடுசிடுப்போடு
பொறுக்கிக்கொண்டு
கோடைகளைக் கழிப்பேன்

நீ இல்லாமல்-
என் ஓவியங்களிலிருந்து
வெள்ளைப் பறவைகள்
தங்களை வலிந்து
விடுவித்துக்கொண்டு
இரவின் மீது
ரத்தம் சொட்டியவாறு
பறக்கும்

நீ இல்லாமல் -
சண்டே 'டைம்'ஸின்
வர்ண அனுபந்தம்
கறுப்பு - வெளுப்பில்
வெளிவரும்

நீ இல்லாமல் -
பூமியில் இறங்க வந்த
முதல் செவ்வாய் மனிதன்
திரும்பிப் போய்விடுவான்

சார்ல்ஸ் மிங்கஸின் இசைத்தட்டில் ஒரு பாட்டின் தலைப்பு 'இன்றிரவு பகலில்' என்பது. இந்தத் தலைப்பில் உள்ள முரணழகு, ஆட்ரியன் ஹென்ரிக்குக் கிளர்ச்சி ஊட்டிவிடுகிறது. விநோதமான நிகழ்ச்சிகள் அவர் கற்பனையில் ஊர்வலம் வருகின்றன.

இன்றிவு பகலில் -
யானைகள் தமக்குள்
மனித 'ஜோக்'குகளைச்
சொல்லிக் கொள்ளும்

அமெரிக்கா
ரஷ்யாவோடு
சமாதானத்தைப்
பிரகடனம் செய்யும்
முதல் உலகப் போரின்
தளபதிகள்
நவம்பர் 11 இல் தெருக்களில்
செயற்கை வர்ணப் பூக்களை
விற்பார்கள்
நகரப் புழக்கடைகளில்
புறாக்கள்
பூனைகளை வேட்டையாடும்

வெள்ளை அமெரிக்கர்கள்
கறுப்பு மாளிகையின் முன்
சம உரிமைகளுக்காகப்
போராட்டம் நடத்துவார்கள்

நாட்டுப் பாடல்கள்
நாட்டுப்புற மக்களாலேயே
பாடப்படும்

அரசியல்வாதிகள்
பைத்தியக்கார விடுதிக்குத்
தேர்ந்தெடுக்கப்படுவார்கள்

ஒவ்வொருவருக்கும்
வேலை காத்திருக்கும்
ஆனால்
ஒருவரும் அவற்றை
விரும்பமாட்டார்கள்

மறந்துபோன மயானங்களில்
எல்லா இடங்களிலும்
இறந்தவர்கள்

உயிருடையவர்களை
அமைதியாகப்
புதைத்துக்கொண்டிருப்பார்கள்

மேலும்-
என்னைக் காதலிப்பதாக
நீ என்னிடம் கூறுவாய்
இன்றிரவு பகலில்

ஹென்ரியின் கற்பனைகளைப் பார்த்த பின் நமக்கும் இன்றிரவு ஒருபகல் வந்தாலென்ன என்று நினைக்கத் தோன்றுகிறது.

8.8.84

☆

கல்லின் மைந்தர்கள்

ஆர்மீனியா மேற்காசியாவின் புராதன நாடு; அற்புதங்களின் அரங்கம்; இப்போது - சோவியத்தின் அங்கம். அதன் வரலாற்றை அந்நாட்டின் புகழ் பெற்ற கவிஞர் கெவோர்க் அமீன் எழுதியிருக்கிறார்.

கிரேக்க வரலாறு ஒரு கவிதை; இலத்தீன் வரலாறு ஓர் ஓவியம் என்பார்கள். ஆர்மீனிய வரலாறு அமீனின் கைகளில் சங்கீதமாகியிருக்கிறது.

அமீன் தம் நூலுக்கு வைத்த பெயர் 'ஆர்மீனி'யாவைப் பற்றி ஏழு பாடல்கள். அமீனின் பேனா ஆர்மீனியா வின் கல்லையும், நீரையும், மண்ணையும், நெருப்பையும், எழுத்தையும் சரித்திர மேடையில்

உயிருடைய பாத்திரங்களாக்கிவிடுகிறது. அவை ஆர்மீனியாவின் கதையைப் பாடுகின்றன. இசைக்கத் தெரிந்தவன் கையில் அடுப்பூதும் குழலும் புல்லாங்குழல் ஆகிவிடுகிறதல்லவா?

ஆர்மீனியர்கள் எல்லோரையும் போலத் தங்களை 'மண்ணின் மைந்தர்கள்' என்று சொல்லிக் கொள்ள முடியாது; 'கல்லின் மைந்தர்கள்' என்று தான் சொல்லிக் கொள்ள வேண்டும். ஏனென்றால் அவர்கள் நாட்டில் உள்ளதெல்லாம் கல்தான். ஆர்மீனியாவுக்கே மற்றொரு பெயர் 'கரஸ்தான்' - கல்நாடு!

ஆர்மீனியாவின் வரலாறு காயங்களின் கதை; கண்ணீராலும், ரத்தத்தாலும் எழுதப்பட்ட கறுப்புக் கதை. அந்த நாட்டின் உடலெல்லாம் ஆதிக்க வெறியர்களின் ஆயுதங்களால் விளைந்த அவல வடுக்கள்; அழிவின் சின்னங்கள்.

கல்லில் பால் குடித்துக் கல்லின் மடியில் வளர்ந்தவர்கள் ஆகையால் ஆர்மீனியர்கள் கற்களைப் போலவே உறுதியாக இருந்தார்கள். தொடர்ந்து தாக்கிய சோதனை அலைகளை அவர்கள் பாறைகளாக நின்று தாங்கிக் கொண்டார்கள்; அவர்கள் தேய்ந்தார்கள்; அழிந்து விடவில்லை.

கரடுமுரடான அவர்கள் வாழ்க்கையை அயராத உழைப்பால் அவர்கள் இன்று அற்புதமான சிற்பமாகச் செதுக்கிக் கொண்டிருக்கிறார்கள்.

கற்களை விட்டுப் பிரிக்க முடியாத ஆர்மீனியர்களின் சரித்திரத்தைக் கற்களைக் கொண்டே பேச வைத்திருக்கிறார் கவிஞர் அமீன்.

காகுத்தனின் கால் துகள் பட்டதும் கடினமான கல் கனிந்து இளகி, உயிர் பெற்றுப் பெண்ணாகி நின்றது போல், அமீனின் மைத்துளி பட்டதும் ஆர்மீனியாவின்

கற்கள் உருகி உயிர் பெற்றுக் கவிதை பாடுகின்றன.

ஆர்மீனியாவைப் பற்றிய புராணக்கதை ஒன்று உண்டு. இறைவன் உலகத்தைப் படைப்பதற்காகக் கல்லும் மண்ணும் கலந்த கலவையை ஒருபெரிய சல்லடையில் சலித்தானாம். சல்லடையில் தங்கிய கற்களை எல்லாம் ஓரிடத்தில் குவித்து வைத்தானாம். அந்த இடம்தான் ஆர்மீனியா!

மேரியட்டா ஷகீனியன் புராதன ஆர்மீனியாவை ஒரு பிச்சைக்காரனோடு ஒப்பிடுகிறார். பாவம்! விரித்து நீட்டப்பட்ட அதன் கைகளில் இடப்பட்ட குரூரமான பிச்சை-கல்!

ஆர்மீனியாவின் கற்கள் ஊமைகள் அல்ல; அவை முறையிட்டுக் கூச்சலிடுகின்றன என்கிறார் அமீன். கற்கள் பேசுமா? தாள முடியாத வேதனையால் மனிதர்களின் நாவுகள் ஊமையானால் கற்களுக்குக் குரல் வந்துவிடும் என்கிறார் அமீன்.

அந்தக் கற்கள் என்ன முறையிடுகின்றன? தங்கள் பிள்ளைகளின் நரக வாழ்க்கையை - பயிர் செய்ய மண் இல்லாத பரிதாபக் கதையைத்தான் அந்தக் கற்கள் முறையிடுகின்றனவாம். கவிஞன் கற்களுக்கும் இதயத்தைத் தந்துவிடுகிறான்!

ஆர்மீனியர்கள் கற்களால் சபிக்கப்பட்டவர்கள் தாம்; இருந்தாலும் இந்தக் கற்களிலிருந்துதான் அவர்கள் தங்கள் உணவைப் 'பிழிந்து' எடுத்தார்கள்; அவற்றோடு தனித்து நின்று போராடினார்கள்; தங்கள் வியர்வையாலும், ரத்தத்தாலும் அவற்றை மென்மைப்படுத்தினார்கள் என்கிறார் அமீன்.

ஆர்மீனியாவில் சலவைக் கல், கருங்கல், படிகக் கல், மாக்கல், அழற்கல் என்று பலவகைக் கற்கள் உண்டு. ஆனால் ஒரு வினோதம். கல்லாலான இந்த நாட்டில் பல

நூற்றாண்டுகளாக மக்களுக்குக் கல்வீடு கிடையாது! மண் வீடுதான். கல் வீடுகளே கிடையாதா? இருந்தன; கடவுளுக்கும் கனதனவான்களுக்கும் மட்டும் என்று வேதனையோடு சொல்கிறார் அமீன்.

வீடு தேவைப்படாத கடவுளுக்கு விண்ணை முட்டும் ஆலயங்கள்! பணக்காரனின் நாய்க்குக் கூடப் படுப்பதற்குத் தனியறை! இத்தனையும் கட்டித் தருகிறவர்களுக்கோ கட்டாந் தரை! இந்த உலகம்தான் எவ்வளவு பைத்தியக்காரத்தனமானது!

கல்லாதவனைக் கல் என்போம் நாம். ஆனால் ஆர்மீனியாவில் 'கல்லாத' கல் ஒன்று கூட இல்லை என்கிறார் அமீன். அங்கே கிடக்கும் கற்களில் எதை எடுத்துத் துடைத்துப் பார்த்தாலும் அதில் ஆதிவாசி வரைந்த சித்திரமோ, ஆப்பெழுத்தோ, குறியீட்டெழுத்தோ இருக்கும். ஆம்! எல்லாம் பேசும் கற்கள். கதாகாலட்சேபம் செய்யும் கற்கள்; காலத்தின் திருவிளையாடல்களை உளவு சொல்லும் கற்கள்; கலைகளை அரங்கேற்றும் கற்கள்!

"இந்தக் 'கற்றறிந்த' கற்கள் ஒவ்வொன்றிலும் எங்கள் கையொப்பம் இருக்கிறது; இவை எங்கள் சொத்து என்பதை அறிவிக்கும் கையொப்பங்கள்" என்கிறார் அமீன்.

1915க்கும் 1920க்கும் இடையில் ஆதிக்க வெறிபிடித்த துருக்கிய ஆட்சியாளர்களால் ஆர்மீனியாவில் நிகழ்த்தப்பட்ட இனப் படுகொலையை வருணிக்கும் போது அமீனின் பேனா ரத்தக் கண்ணீர் வடிக்கிறது.

அந்த ரத்த காலத்தில் 'டெர்-ஸோர்' பாலை வெளி ஆர்மீனிய ரத்தத்தால் நனைந்து ஈரமானது. எழுத்தாளர்கள், அறிஞர்கள், கவிஞர்களுக்கு மரணம் பலவந்தமாகப் பரிசளிக்கப்பட்டது.

அமீன் கூறுகிறார்: அந்தக் காலத்தில் துருக்கிக்குக் கிடைத்த ஒரே வெளிச்சம் மானுடத் தீப்பந்தகளிலிருந்துதான் வந்தது. பெட்ரோலில் தோய்த் தெடுக்கப்பட்ட ஆர்மீனியப் பெண்கள் துப்பாக்கி முனையில் 'மரண நாட்டியம்' ஆடவேண்டியிருந்தது. ஆனால் இந்த வெளிச்சம் அந்த நாட்டில் கவிந்திருந்த இருட்டை இன்னும் அதிமாக்கியது.

அந்த நேரத்தில் லட்சக் கணக்கான ஆர்மீனியர்கள் படுகொலை செய்யப்பட்டார்கள்; நாடு கடத்தப்பட்டார்கள். அதிசயமாகத் தப்பித்தவர்கள் அயல் நாடுகளில் அடைக்கலம் புகுந்தார்கள். ஓர் ஈவிரக்கமற்ற வாளால் ஆர்மீனிய இனம் நிலமற்ற மக்கள், மக்களற்ற நிலம் என்று இரண்டு பயங்கரப் பாதிகளாகத் துண்டாடப்பட்டது.

மிருகம் மனிதனான பரிணாம வளர்ச்சியை விட வகை வகையான வெறிகளால் மனிதன் மிருகமாகும் அபரிணாமம்தானே அதிகம். ஒரு சாம்ராஜ்ஜியத்தின் சிம்மாசனம் செய்வதற்கு எத்தனை அப்பாவி எலும்புக் கூடுகள் தேவைப்படுகின்றன!

அமீன் கூறுகிறார்: இந்தக் கண்ணீர் நிகழ்ச்சிக்குப் பின் கல்லுக்குப் பஞ்சமில்லாத இந்த நாட்டில் கூட இறந்தவர்களின் சமாதியில் நடுவதற்குக் கற்கள் போதவில்லை. யாராவது ஒரு கிழக் கொத்தன் 'இங்கேதான் ஆர்மீனியா படுத்துக் கிடக்கிறது' என்று ஒரு கடைசி நடுகல்லைத் தயாரிக்க வேண்டிய நிலைமை ஏற்பட்டு விடுமோ என்று தோன்றியது. நல்லவேளை, அப்படி ஒன்றும் நடக்கவில்லை.

இப்போது காலம் மாறிவிட்டது. எந்தக் கற்கள் ஆர்மீனியர்களுக்குச் சாபமாக இருந்தனவோ, அவற்றையே இப்போது அவர்கள் வரமாக்கிக் கொண்டார்கள். எந்தக் கற்கள் அவர்கள் வாழ்க்கையில்

தடைக் கற்களாக இருந்தனவோ அவற்றையே இப்போது அவர்கள் படிக்கற்களாக்கிக் கொண்டார்கள்.

சமாதிக்குக் கற்களை வெட்டிக் கொண்டிருந்த பழங் கொத்தர்கள் இப்போது மகப்பேறு நிலையங்களைக் கட்டிக்கொண்டிருக்கிறார்கள்; இராணுவ விடுதிகளைக் கட்டிக்கொண்டிருந்தவர்கள் இப்போது கலாசாலைகளைக் கட்டிக் கொண்டிருக்கிறார்கள். சிறைச் சாலைகளைக் கட்டிக்கொண்டிருந்தவர்கள் இப்போது வீடுகளைக் கட்டிக்கொண்டிருக்கிறார்கள்.

ஆம் - இப்போது ஆர்மீனியக் கற்கள் பாடத் தொடங்கிவிட்டன!

நோவாவின் வெள்ளத்திற்கு முன்பே வெளிச்சம் வீசிக் கொண்டிருந்த நாடு ஆர்மீனியா! நோவாவின் கப்பல் ஆர்மீனியாவில் உள்ள அரராத் மலையில்தான் கரையேறியது என்று ஆய்வாளர்கள் கருதுகிறார்கள். உலகத்திலேயே அதிசயங்கள் மிகுந்த நாடு என்று ஆர்மீனியாவைப் பலர் புகழ்ந்துள்ளனர். இருந்தாலும் இந்தப் பழம் புகழைப் போர்த்திக் கொண்டு தூங்க ஆர்மீனியர்கள் விரும்பவில்லை.

ஓர் இனத்தின் இறந்த காலம் பெருமையுடையதாக இருக்கலாம். அந்தப் பெருமை இறந்த காலத்தோடு நின்று போனால் அது அந்த இனத்தின் மலட்டுத் தனத்தைத்தானே காட்டும்.

தன் ஆடம்பர அழகான தோகையை வியப்பதற்கு மயில் பின்னால் திரும்பிப் பார்ப்பதைப் போல, இறந்த காலத்தை மட்டும் அழகாக வைத்துக் கொண்டிருக்கிறவர்கள் பின்னால்தான் திரும்பிப் பார்த்துக் கொண்டிருக்க வேண்டும் என்கிறார் அமீன். பழம் பெருமை மட்டும் பேசிக் கொண்டிருப்பவர்கள்

சிந்திக்கவேண்டிய வார்த்தைகள்!

> உன் முன்னோரும்
> உன்னைப் போலவே
> பழம் பெருமை பேசிக்
> காலம் கழித்திருந்தால்
> நீ இப்போது வியக்கிறாயே
> இந்த அற்புத
> பாரம்பரியச் சின்னங்கள்
> உனக்கெப்படி கிடைத்திருக்கும்?

என்ற அமீனின் கவிதை பிடரியில் மட்டும் கண் உள்ளவர்களுக்குச் சாட்டையடி!

இப்போது ஆர்மீனியர்கள் சொல்லுகிறபடியெல்லாம் கற்கள் ஆடுகின்றன. கட்டிடங்கள், சாலைகள், சுவர்கள், தூண்கள் உருவாக்குவதற்கு மட்டுமல்ல உரம் தயாரிப்பதற்கும் இப்போது கற்கள் உதவுகின்றன. விதைகளை அனுமதிக்க மறுத்த கற்கள் இப்போது வேருக்கு அமுதூட்டுகின்றன!

அதுமட்டுமா? விண்வெளிக் கலங்களின் துல்லிய கருவிகள், பாண்டங்கள், கண்ணாடிகள், செயற்கை ரப்பர், பிசின், கார்டயர், புதிய வகை காங்கிரீட், வெப்பப் பாதுகாப்புகள் - என்று கற்கள் புதுப்புது அவதாரம் எடுக்கின்றன.

ஆர்மீனியர்கள் உண்மையிலேயே கல்லில் நார் உரிக்கிறார்கள். கல்லில் இருந்தே பட்டிழைகள் தயாரிக்கிறார்கள்!

கல்லிலேயே அமிர்தம் கடையும் ஆர்மீனியர்களையா? கல்லிலேயே தங்கள் மகாபாரதத்தைக் கவிதையாக்கும் கவிஞனையா? யாரை வியப்பது என்று தெரியவில்லை.

15.8.84

☆

செலாவணி ஆகும் நாணயங்கள்

நீதி போதிப்பது ஒரு சிக்கலான வேலை. நோயாளி என்று தன்னை ஒப்புக்கொள்ளாதவனுக்குப் புகட்டப்பட வேண்டிய கசப்பு மருந்து அது. புத்திசாலி வைத்தியர்கள் இந்த மருந்தைத் தின்பண்டங்களில் வைத்து ஊட்டிவிடுவார்கள்.

மனம் ஆசையோடு கேட்கும் கதை, கவிதை வழியாக நீதியை உணர்த்தும் கலை ஒரு சிலருக்கே கைவரும். கதையும் கவிதையும் நீதி உரைக்கும்போது அது காதலியின் கனிவுரைபோல் களிப்போடு ஏற்றுக்கொள்ளப்படுகிறது.

பன்னிரண்டாம் நூற்றாண்டில் வாழ்ந்த பாரசிகப்

பெருங்கவிஞர் சாஅதி நீதி போதனையைக் காதலியின் வார்த்தைகளாக்குவதில் வல்லவர்.

உலகச் சிந்தனையாளர்களில் ஒருவராக மதிக்கப்படுகிற சாஅதியை அறிமுகப்படுத்த வந்த அறிஞர் நிக்கல்ஸன், "அவர் அறிவு நிறைந்த ஆனந்தத் துறவி. அவருடைய நூல்களில் இளமை படிக்கக் கற்கிறது; முதுமை கற்கப் படிக்கிறது" என்று பாராட்டுகிறார்.

சாஅதி தம் நாற்பதாவது வயதில் பற்றற்ற வாழ்க்கையைத் தொடங்கினார். கண்மூடிய இளமையால் வீணாகக் கழிந்த தம் பொன்னான நாட்களுக்காக அவர் கண்ணீர் வடித்தார். அதற்குப் பிறகு அவர் மேற்கொண்ட முப்பதாண்டுப் பயண வாழ்க்கை அவரை ஞானி ஆக்கியது.

பல்கலைக் கழகங்கள் தர முடியாத ஞானத்தைப் பயணம் தரும் என்பதற்கு சாஅதியே சாட்சி. மனிதர்களையே அவர் புத்தகங்களாகக் கற்றார். அனுபவங்களால் பண்படுத்தப்பட்ட அவர் இதயத்திலிருந்து ஞான மலர்கள் மலர்ந்து மனம் பரப்பின. இந்த மலர்களைத் தொடுத்து 'குலிஸ்தான்' (மலர்த் தோட்டம்), 'போஸ்தான்' (மணத் தோட்டம்) என்ற இரு நூல்களாக அவர் உலகத்திற்கு வழங்கியிருக்கிறார்.

இந்த நூல்கள் உருவாவதற்குக் காரணமாக அமைந்த நிகழ்ச்சியை சாஅதி கூறியிருக்கிறார். பற்றற்ற வாழ்க்கையை அவர் தொடங்கிய போது கூடியவரை மௌனமாக இருப்பது என்று முடிவெடுத்திருந்தார். இதை அறிந்த நண்பர் ஒருவர், "மாவீரர் அலியின் உடைவாள் உறையில் உறங்குவதா? சாஅதியின் நாவு வாய்ச் சிறையில் அடைபட்டுக் கிடப்பதா? இது நீதியில்லை" என்று வாதாடினார். சாஅதியின் மௌனம் கலைந்தது; ஞானக் களஞ்சியத்தின் கதவுகள் திறக்க

ஆரம்பித்தன.

சாஅதியின் துறவு, உலகத்திலிருந்து முகம் திருப்பிக் கொண்ட துறவல்ல. மனித குல சுகத்திற்காகத் தம் சுகத்தைத் துறந்து தியாகத் துறவு அது.

இத்தகைய துறவின் சிறப்பை அவரே அனுபவக் கதை மூலம் விளக்குகிறார். ஒரு துறவி தாம் தங்கியிருந்த துறவு மடத்தை விட்டுவிட்டு ஒரு கலாசாலையில் போதகராகச் சேர்ந்து விடுகிறார். துறவு வாழ்க்கையை விட போதகர் வாழ்க்கையை அவர் விரும்பியதற்குக் காரணம் என்ன என்று கேட்கப்பட்ட போது, ''துறவி வெள்ளத்திலிருந்து தன் போர்வையை மட்டுமே மீட்கிறான். போதகா சிரியனோ, வெள்ளத்தில் தத்தளிக்கும் மற்றவர்களைக் காப்பாற்ற முயல்கிறான்'' என்று பதிலுரைக்கிறார்.

சாஅதியின் ரோஜாக்கள் வாடாதவை; சிவந்து கனியும் சிந்தனை நெருப்பில் வண்ணம் பெற்றவை. கவித் தேனும் அனுபவ மணமும் உடைய அழகிய மலர்கள் அவை. சீழ் திரண்ட கொப்புளங்களைக் கீறும் முட்களும் அவற்றில் உண்டு.

சாஅதி வறட்டு நீதியை வழங்கியவரல்லர். ஒரு நீதி, நீதி என்பதற்காகவே மதிக்கப்படக் கூடாது; அதன் பயன் நோக்கியே மதிக்கப்பட வேண்டும் என்ற கருத்துடையவர் அவர்.

உண்மையே எப்போதும் உயர்ந்தது என்று கூற முடியாது. சில நேரங்களில் பொய்யும் புனித முடையதாகலாம் என்ற அரிய கருத்தை அவருடைய கதை ஒன்று அழகாக விளக்குகிறது.

மரண தண்டனை பெற்ற குற்றவாளி ஒருவன் தனக்குத் தண்டனை விதித்த மன்னனை ஆத்திரம் தீரத் திட்டினான். அவன் பேசிய மொழி புரியாத மன்னன் அமைச்சர்களிடம் அவன் என்ன சொல்லுகிறான் என்று

கேட்டான். அமைச்சர் ஒருவர், "அவன் உன்னை வாயார வாழ்த்துகிறான்" என்றார். இரக்கம் கொண்ட மன்னன் குற்றவாளியை மன்னித்து விடுவித்தான். மற்றோர் அமைச்சர் எழுந்தார், "அரசே! இந்த அமைச்சர் பொய் சொல்லுகிறார். அந்தக் குற்றவாளி உன்னை வாழ்த்தவில்லை; வசை பாடினான்" என்றார். மன்னன் சிறிது நேரம் சிந்தித்துவிட்டு, "நீங்கள் சொல்வதே உண்மையாக இருக்கலாம். ஆனால் உங்கள் உண்மையை விட ஓர் உயிரைக் காப்பாற்ற முயலும் பொய்யை நான் உயர்வாக மதிக்கிறேன்" என்றான்.

சாஅதியின் சின்னஞ்சிறு கதைகள் விதைகள்; அவற்றுள் பெரிய மரங்கள் அடங்கி இருக்கின்றன.

"காலுக்குச் செருப்பில்லையே என்று வருந்தியபடி மசூதிக்குச் சென்றேன். அங்கே காலில்லாத முடவனைக் கண்டேன். எனக்குக் கால்கள் இருப்பதற்காக இறைவனுக்கு நன்றி செலுத்தினேன்" என்ற அவருடைய அனுபவக் கதை இல்லாதவற்றையே எண்ணி ஏங்கும் இதயங்களுக்கு ஆறுதல் தர வல்லது.

அறவுரை கூறுவோரிடம் பெரும்பாலும் நகைச் சுவையை எதிர்பார்க்க முடியாது. ஆனால் சாஅதியின் கதைகளில் நகைச்சுவையும் ஆங்காங்கே பளிச்சிடுகிறது. உதாரணத்திற்கு ஒரு கதை:

திருடர்களின் தலைவனைக் கவிஞன் ஒருவன் புகழ்ந்து பாடுகிறான். அவனோ கவிஞனின் ஆடைகளை எல்லாம் பறித்துக்கொண்டு அவனைத் தெருவில் விட்டுவிடுகிறான். கவிஞனை நாய்கள் துரத்துகின்றன. அவன் கற்களை எடுக்க முயல்கிறான். அவையோ பனியில் உறைந்துபோய்க் கிடக்கின்றன. "சே! இந்த ஊர்க்காரர்கள் மிக மோசமானவர்கள். நாய்களை அவிழ்த்து விட்டுவிட்டுக் கற்களை எல்லாம் கட்டிப்போட்டு வைத்திருக்கிறார்கள்" என்று

எரிச்சலோடு கூறுகிறான். இதைக் கேட்டுச் சிரித்த திருடர் தலைவன் கவிஞனுக்கு ஆடைகளைத் திருப்பித் தந்ததோடு பரிசுகளும் கொடுத்து அனுப்புகிறான்.

கவிஞனுக்கு வேதனையும் கவிதையாகவே வெளிப்படும் என்பதையும், திருடனின் இதயத்தையும் கவிதை திருடக் கூடியது என்பதையும் இந்தக் கதை உணர்த்துகிறது.

ஆளுவோர்களைத் துதிபாடியே பிழைத்த தன்மானமற்ற கவிஞர்களிடையே சாஅதி தலை நிமிர்ந்தவராகக் காணப்படுகிறார். அரசர்களை இடித்துரைக்க அவர் அஞ்சியதில்லை. இரண்டு கதைகளை இதற்கு எடுத்துக்காட்டலாம்.

கொடுங்கோல் அரசன் ஒருவன், "எத்தகைய வழிபாடு எனக்கு நல்லது? என்று பெரியவர் ஒருவரிடம் கேட்டான். அவர் சொன்ன பதில்: நீ பகலில் தூங்கு; அதுதான் நீ செய்யக்கூடிய நல்ல வழிபாடு. ஏனென்றால் அந்த நேரமாவது மக்கள் உன் கொடுமைகளிலிருந்து தப்பிப்பார்கள்.

தனக்கு மரியாதை செலுத்தாமல் அமர்ந்திருந்த ஒரு துறவியைப் பார்த்து மன்னன் ஒருவன் கோபம் கொள்கிறான். அவனுடைய அமைச்சன் துறவியிடம் காரணம் கேட்கிறான். "தேவையிருப்பவர்கள்தாம் அரசனைத் துதிபாடித் திரிவார்கள். எனக்கு அது அவசியமில்லை. மேலும் மக்களுக்குத் தொண்டு செய்வதற்குத்தான் மன்னனே அன்றி மன்னவனுக்குத் தொண்டு செய்வதற்காக அல்ல மக்கள்" என்று அறிவுறுத்துகிறார் துறவி.

பணிவின் சிறப்பை சாஅதியின் உருவகக் கதை ஒன்று அழகாக விளக்குகிறது. கொடியும், திரைச் சீலையும் ஒருநாள் உரையாடிக் கொண்டன. கொடி வெறுப்போடு

கூறியது: நீயும் நானும் பள்ளித் தோழர்கள்; மன்னனின் சேவகர்கள். என்பாடு பெரும்பாடு. ஒரு கணம்கூட ஓய்வில்லை. ஓயாத பயணம். போர்க்கள அபாயம், பாலை வழிப் பயண ஆபத்து, சுழற்காற்றின் தொல்லை - இவற்றின் இடையே கடுமையாக உழைப்பவன் நான். இவ்வளவு இருந்தும் என்னைவிட உனக்குத்தான் மதிப்பு. நீயோ, சொகுசாகச் சந்திரனைப் போன்ற அழகிய இளைஞர்களோடும்; மல்லிகை போல் மணக்கும் கன்னியர்களோடும் பொழுது போக்குகிறாய். எனக்குக் கிடைப்பதோ புழுதிப் பூச்சு. ஏனிந்த நிலை?

திரை பதில் கூறியது: நான் பணிவோடு தலை குனிந்திருக்கிறேன். நீ கர்வத்தோடு வானத்தை நோக்கித் தலை உயர்த்தித் திரிகிறாய். அதுதான் காரணம்.

கூறும் முறையினாலேயே சில கருத்துக்களை சாஅதி நம் இதயங்களில் ஆழமாகப் பதித்து விடுகிறார். உவமைகளும் உருவகங்களும் அவருக்குச் சேவகம் செய்கின்றன. ஒருசில உதாரணங்கள்:

கற்றபின் அதற்குத் தக நில்லாதவர்கள் உழுதும் விதை தூவாதவர்கள்.

வயிற்றின் நச்சரிப்பு இல்லையென்றால் பறவை கண்ணியில் போய் விழாது. கைகளுக்கும் கால்களுக்கும் வயிறுதான் விலங்கு.

அற்பர்களுக்கு இடையில் அறிஞர்கள் எடுபடாமல் போவதில் வியப்பு ஏதுமில்லை. முரசின் ஓசையில் யாழின் இசை எடுபடாது.

அறிஞன் மருத்துவனின் பெட்டியைப் போன்றவன். உள்ளே அரிய மருந்துகள் இருந்தாலும் அது மௌனமாக இருக்கும். முட்டாள் முரசைப் போன்றவன்; சத்தம் அதிகமாக இருக்கும். உள்ளே ஒன்றும் இருக்காது.

ஏழையின் வீட்டில் நெருப்பைக் கேட்கப் போகாதே. அவன் வீட்டுப் புகைபோக்கியில் வரும் புகை அவன் இதயத்திலிருந்து வருவது.

இனிமேல் பாவம் செய்வதில்லை என்று சத்தியம் செய்வதைத் தவிர ஒரு வயதான பரத்தை வேறென்ன செய்ய முடியும்?

ஆர்வமற்ற மாணவன், செல்வமற்ற காதலன். கூர்த்த பார்வையற்ற பயணி, சிறகற்ற பறவை. செயற்பாடற்ற அறிஞன், கனியற்ற மரம். ஞானமற்ற பக்தன், கதவற்ற வீடு.

சாஅதி தம்முடைய எழுத்துக்கள் எப்போதும் எங்கும் செலாவணி ஆகும் நாணயங்கள் என்கிறார். உண்மைதான். அவருடைய நாணயங்கள் இப்போது கூடச் செலாவணி ஆகின்றன.

5.12.84

இறைவன் இறந்துவிட்டான்

'இறைவன் இறந்துவிட்டான்' என்று பிரகடனம் செய்து தத்துவ உலகில் பூகம்பம் உண்டாக்கிய ஞான வெறியன் நீட்சே.

இறைவன் ஏன் இறந்தான்? எப்படி இறந்தான்? - நீட்சே விளக்குகிறான்:

பிரகாசமான காலை வேளையில் விளக்கை ஏற்றிக் கொண்டு, கடை வீதிக்கு ஓடி, "நான் இறைவனைத் தேடுகிறேன்! நான் இறைவனைத் தேடுகிறேன்!" என்று விடாமல் கூவிய அந்தப் பித்தனைப் பற்றி நீங்கள் கேள்விப்பட்டதில்லையா?

அங்கே கூடியிருந்த கடவுளை நம்பாதவர்களுடைய

கூட்டம் அவனைப் பார்த்துச் சிரித்தது.

ஒருவன் கேட்டான்: அவனை நீ தொலைத்து விட்டாயா? மற்றொருவன் கேட்டான்: அவன் குழந்தையைப் போல வழிதவறிவிட்டானா?

அவன் ஒளிந்துகொண்டிருக்கிறானா? நம்மை அஞ்சுகிறானா? கடலில் கலமேறிச் சென்று விட்டானா? நாட்டை விட்டே ஓடிவிட்டானா? - அவர்கள் ஆரவாரம் செய்து சிரித்தார்கள்.

அந்தப் பித்தன் அவர்களுக்கு நடுவே பாய்ந்தான்; அவர்களைப் பார்வையால் கீறினான்.

"இறைவன் எங்கே போய்விட்டானா?" அவன் கூவினான்: சொல்லுகிறேன்; அவனை நாம் கொன்று விட்டோம்; நீங்களும் நானும்.

நாம் எல்லோருமே அவனைக் கொலை செய்தவர்கள். ஆனால் இந்தக் கொலையை எப்படிச் செய்தோம்? எப்படி நம்மால் சமுத்திரத்தைக் குடிக்க முடிந்தது? தொடு வானம் முழுவதையும் துடைத்தெடுத்த பஞ்சை யார் நமக்குக் கொடுத்தார்கள்? இந்த பூமியை அதன் சூரியனிலிருந்து பிரித்த போது நாம் என்ன செய்தோம்? அது இப்போது எங்கே போய்க்கொண்டிருக்கிறது? நாம் இப்போது எங்கே போய்க் கொண்டிருக்கிறோம்? எல்லாச் சூரியர்களுக்கும் அப்பால்?

நாம் நிரந்தரமாக வீழ்ந்துகொண்டிருக்கவில்லையா? பின்புறத்தில், பக்கவாட்டில், முன்புறத்தில், எல்லாத் திசைகளிலும்? ஏதாவது ஒரு மேடு பள்ளமாவது விடப்பட்டிருக்கிறதா? எல்லையற்ற வெறுமையில் நாம் அலைந்து திரியவில்லையா? வெற்றிடத்தின் மூச்சை நாம் உணரவில்லையா? எல்லாம் குளிர்ந்துபோய் விடவில்லையா? எல்லா நேரத்திலும் மேலும் மேலும் இரவு வந்துகொண்டிருக்க வில்லையா? காலையிலும்

விளக்குகள் ஏற்றப்பட வேண்டாமா?

இறைவனைப் புதைத்துக்கொண்டிருக்கும் வெட்டியான்களின் சத்தத்தை நாம் கொஞ்சம் கூடக் கேட்டதில்லையா? இறைவன் அழுகி நாறுவதை நாம் கொஞ்சம் கூட முகர்ந்ததில்லையா?

இறைவன் இறந்துவிட்டான். இறைவன் இறந்தபடி கிடக்கிறான். நாம்தாம் அவனைக் கொன்றோம். கொலைகாரர்களிலேயே மிகக் கொடியவர்களாகிய நாம் எப்படி நமக்கே ஆறுதல் கூறிக்கொள்ளப் போகிறோம்? உலகம் இதுவரை பெற்றிருந்தவற்றிலேயே புனிதமானது, வல்லமை மிகுந்தது நமது கத்திகளால்தான் ரத்தம் சிந்தி மரணம் அடைந்தது. நம் மீது படிந்துவிட்ட இந்த ரத்தக் கறையை யார் துடைப்பார்கள்? எந்தப் புனித நீரால் இந்தப் பாவத்தை நாம் கழுவ முடியும்?

நீட்சேயின் வினாக்கள் சமயவாதிகளின் மனசாட்சியைச் சுட்டெரிக்கும் நெருப்பு வினாக்கள். இறைவனின் பேரால், சமயங்களின் பேரால் நடந்த அட்டூழியங்களை, அக்கிரமங்களை, அநியாயங்களைப் பார்த்துக் கொதித்த நீட்சே எரிமலையாக வெடிக்கிறான்.

நியாயம்தானே!

இறைவனை - நம் அசிங்கச் சந்தையின் தரகனாக்கி, நம் ஆபாச வேடங்களைத் தரிக்கும் நடிகனாக்கி, நம் குப்பைகளை எல்லாம் கொட்டும் தொட்டியாக்கி - எத்தனை வகைகளில் அவனைக் கொலை செய்திருக்கிறோம்?

இங்கே மதம் படித்தவர்களை விட மதம் பிடித்தவர்கள் தாமே அதிகம்.

சமயங்கள் சமாதானப் புறாக்கள் என்றால் அவற்றின்

கால் நகங்களில் மாமிசத் துண்டுகள் ஏன்?

சமயங்கள் அமுத கலசங்கள் என்றால் அவற்றிலிருந்து ஆலகாலம் பொங்குவது ஏன்?

சமயங்கள் பூக்கள் என்றால் அவற்றிலிருந்து பிணவாடை வருவது ஏன்?

சமயங்கள் விளக்குகள் என்றால் அவற்றிலிருந்து இருள் பரவுவது ஏன்?

பசுக்கள் படுகொலை செய்யப்பட்டுவிட்டன. பசுத் தோல்களை அணிந்து பசி வெறி கொண்ட புலிகள் உலா வருகின்றன.

வீதி எங்கும் விதவிதமான பிச்சைக்காரர்கள். அவர்கள் கையில் பாத்திரங்களாகச் சமயங்கள்.

ஏமாறும் பசுக்களிடம் பால் கறப்பதற்காக வைக்கோல் கன்றுகளாகச் சமயங்கள்.

பாலம் கட்டும் கற்களால் சுவர்கள் எழுப்பப்படுகின்றன.

இருட்டுக்குத் துணையாக ஏற்றிய விளக்கு வீட்டை எரிக்கிறது.

இறைவனுக்குச் செய்த அபிஷேகங்களில் ரத்தாபிஷேகம் தானே அதகிம். அந்த ரத்தம் யாருடைய ரத்தம்?

அதோ! வெட்டியான்களின் சத்தம், அதிகமாகவே கேட்கிறது.

19.12.84

☆

கறுப்பு வெளிச்சம்

ஒடுக்கப்பட்ட நீக்ரோ இனத்தின் விடுதலைக் குரலாக 1930களில் எழுந்த இயக்கம் 'நீக்ரோவியம்' (Negritude). அது வெள்ளையர் ஆதிக்கத்திற்கு எதிரான விடுதலை முழக்கம் மட்டுமல்ல்; அரசியல், சமூகம், பொருளாதாரம், அறிவுத் திறன், ஒழுக்கம், கலை பற்றிய கறுப்பு இனத்தின் தனி மதிப்பீடுகளின் மொத்த வடிவம்.

''நீக்ரோவியம் தன் இனத் துயரத்தின் வழியே பொது மனிதத் துயரங்களை உணர்கிறது; மனிதனை மனிதனாக்க முயல்கிறது'' என்று அந்த இயக்கம் தன்னை அறிமுகம் செய்து கொண்டது.

இந்த இயக்கத்தின் முக்கியமான தூணாகக்

கருதப்படுகிறவர் லியோபோல்ட் சிடார் செங்கோர் (Leopold Sedar Senghor). 1906-இல் பிறந்த செங்கோர் பிரெஞ்சில் புலமை பெற்றவர். பிரெஞ்சு ஆப்பிரிக்கக் குடியேற்ற நாடுகளின் விடுதலைப் போராட்டத்திற்குத் தலைமை தாங்கியவர். விடுதலை பெற்ற செனகல் நாட்டின் அதிபராக 1960 இலிருந்து தொடர்ந்து ஐந்து முறை பதவி வகித்துத் தாமாகவே ஓய்வு பெற்றவர்.

செங்கோர் நாட்டை ஆளுவதில் மட்டுமல்ல, பாட்டை ஆளுவதிலும் திறமை பெற்றவர். ஆப்பிரிக்கக் கவிஞர்களுள் தலைமையானவராக மதிக்கப்படுகிறவர். 1982 ஆம் ஆண்டுக்கான ஜவஹர்லால் நேரு பரிசு அவருக்கு அளிக்கப்பட்டது.

பொதுவாகவே நீக்ரோக் கவிதை சந்த நயத்திற்கு அதிக மதிப்பைத் தருவது; அந்த இனத்தைப் போலவே பாட்டோடும் கூத்தோடும் நெருக்கமான உறவுடையது. அதன் சொற்றொடர் வறண்ட தர்க்க முறையில் அமையாமல் நேரடிப் பொறி உணர்ச்சியின் (intuitive syntax) அடிப்படையில் அமைவது.

செங்கோரின் கவிதைகள் இந்த நீக்ரோப் பண்பாட்டை, இசைப் பண்பு மரபை முழுமையாக வாங்கிக்கொண்டு மலர்கின்றன. அவருடைய புகழ் பெற்ற தன்னுணர்வுப் பாடல்கள் (Lyrics) இசைக் கருவிகளின் துணையோடு பாடுகிற வகையிலேயே இயற்றப்பட்டுள்ளன.

உணர்ச்சிகளின் கிளர்ச்சி, தர்க்கத்திற்கும் வறண்ட பகுத்தறிவிக்கும் கட்டுப்படாதது. இந்த உணர்ச்சிக் காம்புகளில்தான் அசல் கவிதைகள் மலர்கின்றன. சந்த நயம் வார்த்தைகளின் சங்கீதம். வார்த்தைகளின் அரூபமான அர்த்தத்தை விட அவற்றின் சந்த நயத்திற்கு உணர்ச்சிகளைக் கிளறும் ஆற்றல் அதிகம்.

மேனாட்டுப் பாதிப்பின் விளைவாகக் கவிதைகளைப்

பீடித்துவிட்ட வறண்ட உரைத்தனத்தை நீக்கி, உணர்ச்சிகளால் அவற்றுக்கு மறுபடியும் ஈரத்தையும் இளமையையும் தர விரும்புகிறார் செங்கோர்; அதற்காகச் சொற்களுக்குச் சலங்கை கட்டுகிறார்.

கவிதை சாகட்டும்
சொற்றொடர்கள் சிதறி வீழட்டும்
அநாவசியச் சொற்கள்
விழுங்கப்படட்டும்.

பாறையின் மீது
'நாளை' நகரத்தைக் கட்ட,
சந்தத்தின் சுமை போதும்;
வார்த்தைச் சுதை தேவையில்லை.
நிழல்களின் கடலிலிருந்து
சூரியன் உதிக்கட்டும்!

பாட்டு - வசியம் மட்டுமல்ல;
என் தெளிவற்ற மந்தைக்கு
அதுதான் தீனி!

கவிதை ஒரு பறவைப் பாம்பு;
நிழலுக்கும் வைகறை ஒளிக்கும்
நடக்கும் திருமணம்!
பீனிக்ஸ் எழுகிறது
படுகொலை செய்யப்பட்ட
சொற்களின் மேல்
சிறகுகளை விரித்தபடி
பாடுகிறது

என்ற செங்கோரின் கவிதையில் பழங் கவிதைகளின் சமாதியின் மேலேயே புதிய கவிதையின் நடனம் அரங்கேறுகிறது; படைப்புக் கலை சந்தத்தின் கையில் ஒப்படைக்கப்படுகிறது.

இரவு - அமைதியான, இதமான இரவு - ஆப்பிரிக்க

வாழ்வோடு நெருங்கிய உறவுகொண்டு உணர்வுகளைக் கிளறும் அந்த அழகிய கறுத்த பொழுது, அதன் நிறத்தால், குணத்தால் செங்கோருக்கு ஒரு நீக்ரோவாகவே தெரிகிறது. அதனாலேயே அவருடைய இதயம் அதை நாடுகிறது; நேசிக்கிறது.

> சில நேரங்களில்
> ஒரு மேகம், ஒரு பட்டாம் பூச்சி,
> மழைத் துளிகள்
> என் அலுப்புச் சாளரக் கண்ணாடியில்;
> காலத்தின் பெரு வெளிகளுக்கு
> என்னை
> இரக்கமற்றுத் துரத்துகிறாள் அவள்.
> என் கறுப்பு ரத்தம்
> இரவின் ஏகாந்த இதயத்தை நோக்கி
> என்னைத் துரத்துகிறது.

பகல், இந்த இரவுக்கு எதிரானதாக, அதன் கண்ணை உறுத்தும் ஒளியால் வெள்ளையனாக, அவனுடைய வறண்ட நாகரிகமாகத் தெரிகிறது.

> இருண்ட நீலமான
> அமைதியின் மடியில்
> நான் நீண்ட நேரம்
> ஓய்வெடுப்பேன்;
> உறங்குவேன் -
> நாகரிகமே!
> உன் வெளிச்சத்திடம்,
> உறுத்தலான, கொடூரமான
> உன் யதார்த்தத்திடம்
> வைகறைத் தேவதை
> என்னை ஒப்படைக்கும் வரை!

ஐரோப்பிய நாகரிகம் உடலை அலங்காரம் செய்து ஆன்மாவைக் கொன்றுவிடுகிறது. மூளையில்

விளக்கேற்றி வைத்து இதயத்தை இருட்டாக்கி விடுகிறது. மனிதனை இயந்திரமாக்கி வாழ்க்கையை அசிங்கமான தொழிலாக்கிவிடுகிறது. செங்கோர் இதை அருவருக்கிறார். அவருடைய தாயகத்தின் இயற்கையோடு கைகோத்துச் சிரித்துப் பேசித் திரியும் வாழ்க்கையை, ஆன்மாவின் ஆனந்த ராகங்களை, இதயத்தின் நிலா வெளிச்சத்தை அவர் மனம் நாடுகிறது.

> ஐரோப்பாவின் எல்லாத் தளைகளையும்
> நான் முறிப்பேன் -
> மணலின் மடியில்
> கவிதை பின்னுவதற்காக!

என்கிறார் செங்கோர். ஐரோப்பாவின் கட்டிடக் கொப்புளங்களுக்கு முன் அவருடைய தாயகத்தின் பொட்டல் மணல்வெளி அவருக்கு அழகாகத் தெரிகிறது.

செங்கோருக்கு இரண்டு காதல்கள்; பெண் காதல், மண்காதல். அதனால் சக்களத்திப் போராட்டம் எதுவும் இல்லை. காதலியிடம் நாட்டையும் நாட்டிடம் காதலியையும் காண்பது அவருக்கு வழக்கமாகி விடுகிறது. அதனால் இரட்டைக் காதல் ஒரே காதலாகிவிடுகிறது.

> உன் மணல் மார்பில்
> என் தலை சாய்த்து
> உன் சமுத்திரக் கண்ணில்
> என் கண்ணை வைக்கிறேன்
> பெருங்கடலில்
> படகோட்டிச் சென்றவர்கள்
> கனவு மீன்களை
> நமக்காக
> எப்போது கொண்டு வருவார்கள்?
> உன் மார்பின் அமைதியில்

> மஞ்சள் ஆப்பிளின் நறுமணத்தில்
> நான் உறங்குகிறேன்;
> நள்ளிரவு மணலில் சொரியும்
> நிலாப் பாலை
> நாம் இருவரும் பருகுவோம்!

என்று அவர் பாடும்போது எதிரில் இருப்பது அவர் காதலியா? நாடா? என்ற மயக்கம் ஏற்படுகிறது.

சப்தத் தொந்தரவுகள் இல்லாத அமைதியான இடத்தில் உறங்க விரும்புகிறார் செங்கோர். அப்படிப்பட்ட ஓர் இடமும் அவருக்குத் தெரிந்திருக்கிறது.

> என் கண்ணீரின் அமைதியில்
> நான் உறங்குவேன் -
> உன் இதழ்களின் பால் வைகறை
> என் நெற்றியைத் தொடும் வரை!

எவ்வளவு அமைதியான இடம்! எவ்வளவு சுகமான பள்ளி எழுச்சி! இங்கேயும் காதலியின் முத்தத்தைப் புன்னகையைச் சொல்கிறாரா? ஆப்பிரிக்கக் காலையின் அழகைச் சொல்கிறாரா? என்று இனிமையாகக் குழம்புகிறோம்.

> நம் ரகசியத்தின் நிழலில்
> ஆர்வத்தோடு அமர்ந்திருக்கிறோம்

என்கிறார் செங்கோர். காதலியோடு அமர்வதற்கு எவ்வளவு அழகான - அந்தரங்கமான நிழல்!

அவருடைய 'மோனாலிசா' புன்னகைக்கிறாள். என்ன அர்த்தம்? புரியவில்லை. அதனால் என்ன? அழகு புரிந்துகொள்வதற்காகவா? அனுபவிப்பதற்குத்தானே!

> உன் புன்னகையின்
> தங்கப் புதிருக்கு முன்
> நான் பேச்சிழந்து நிற்கிறேன்

என்கிறார். அந்தப் புன்னகை என்ன செய்கிறது?

> உன் புன்னகை என் வானத்தின்
> ஒரு கோடியிலிருந்து மறு கோடி வரை
> ஒரு பால்வீதியைப் போல்
> கடந்து செல்கிறது.
> தங்கத் தேனீக்கள் உன் நிழல் கன்னத்தில்
> நட்சத்திரங்களைப் போல்
> மெல்லிய குரலில் பாடுகின்றன.

அவள் பாடுகிறாள். அந்தக் குரல் வெளிச்சத்தின் குரலாம். இதமான கூட்டை விட அந்தக் குரல் அவருக்கு மிக நெருக்கமாகத் தெரிகிறது.

> காதலி! நீ இல்லையென்றால்
> சொர்க்கம் சூன்யமாகி விடும்
> காதலனுக்கு நரகமாகிவிடும்

என்று வாழ்க்கைக்கு அர்த்தம் தரும் அவளுடைய அவசியத்தை வற்புறுத்துகிறார் செங்கோர்.

நீக்ரோக்கள் கறுப்பு வெளிச்சங்கள்; கண்ணீர் நெய்யில் எரியும் தீபங்கள். செங்கோரின் கவிதைகள் இந்தத் தீபங்களின் மாடங்களாகப் பிரகாசிக்கின்றன.

பூப்படைந்து நிற்கும் அவருடைய கவிதை யாருக்காகக் காத்திருக்கிறது என்பதையும் செங்கோர் சொல்லி விடுகிறார்.

> சகோதரனை விட உயர்ந்தவனே!
> என் பூ திறந்திருக்கிறது, தேனீக்காக -
> என் அழகிய இளவரசனுக்காக!
> ஆனால்
> பட்டாம் பூச்சிகளே! ஜாக்கிரதை.

20.2.85

☆

அருகில் இருக்கும் தூரம்

முதன் முதல் கவிதை எழுதப் பேனாவை எடுக்கும் இளைஞன் பெண்ணைத்தான் வருணிக்கிறான். கேட்டால் 'அவள் கவிஞன் ஆக்கினாள் என்னை' என்கிறான்.

பெண்ணை வருணிப்பது அப்படி ஒன்றும் கிள்ளுக்கீரை வேலை அல்ல. வருணனை வலைக்குள் சுலபமாக அகப்படும் மீன் அல்ல அவள்.

வார்த்தைகளால் அவளைப் பிடிக்க முயல்வது வெளிச்சத்தைக் கைப்பிடிக்குள் பிடிக்க முயல்வது போலத்தான். மடக்கிய கைக்குள் இருள்தான் இருக்கும். வெளிச்சம் - வெளியே நகைத்தபடி!

அவள் வார்த்தையை விடப் பெரியவள்; அர்த்தத்தை விட ஆழமானவள். அவள் எடைகளை ஏமாற்றும் கனம்; விடைகளைத் திகைக்கவைக்கும் வினா; விளக்குகளின் முகத்தில் கரி பூசும் புதிர்!

பழைய புலவர்கள் அவளை வருணிப்பதற்கு ஒரு சுலபமான முறையை வைத்திருந்தார்கள். பாதாதி கேசம் அல்லது கேசாதி பாதம். கருநாகம், நிலா, கயல், பவளம், முத்து, சங்கு, மூங்கில், மலை, கொடி, நீர்ச்சுழி, வாழை, தேர்த்தட்டு, வரால் என்று வரிசையாக ஒவ்வோர் உறுப்புக்கும் ஒரு 'ரெடிமேட்' உவமை. அதுவும் அவளுடைய வெளி வடிவத்தை மட்டும் பிடிப்பதற்கு இந்தப் பாடு. மனத்திரையில் இவற்றை வரைந்து பார்த்தால் ஒரு 'ப்ராங்கென்ஸ்டீன்' எழுந்து வந்து பயமுறுத்தும்; அல்லது ஒரு 'கார்ட்டூன்' தோன்றி நகைக்கச் செய்யும்.

பிரெஞ்சுக் குறியீட்டு இயக்கத்தின் தலைசிறந்த கவிஞர் மலார்மே வருணிப்பதற்கு அருமையானதொரு வழியைக் காட்டுகிறார்: "பொருளை வரையாதே; பொருள் ஏற்படுத்தும் விளைவை வரை." (Paint, not the thing, but the effect that it produces.)

ஒரு பொருள் நம் இதயத்தில் ஏற்படுத்தும் விளைவுகளைச் சொல்லிவிட்டால் அதனால் உணர்வுகளை அடைகிற வாசகன் அவற்றின் வெளிச்சத்தில் அந்தப் பொருளை அதன் சகல பரிமாணங்களோடு தரிசித்துவிடுவான். அற்புதமான உத்தி இது.

பழைய புலவர்களில் கூட இந்த உத்தியைத் தெரிந்த சிலர் இருந்திருக்கிறார்கள்.

> ஆடவர் கண்டால் அகறலும் உண்டோ?
> பேடியர் அன்றோ பெற்றியின் நின்றிடின்!

என்று இரண்டே வரிகளால் சீத்தலைச் சாத்தனார் மணிமேகலையின் வசிய வனப்பை அற்புதமாக எழுப்பிக் காட்டிவிடுகிறார்.

'உள்ளிய வினை முடித்தன்ன இனியோள்' நினைத்த செயலை முடித்தாற் போன்ற இனிமையுடையவள் என்று தலைவியின் இனிமையை அழகாகச் சொல்லச் சங்கப் புலவர் இளங்கீரனாருக்குத் தெரிந்திருக்கிறது.

களைத்த உடலுக்குத் துயிலைப் போன்று இனியவள் என்று தாகூருக்கும் இப்படிச் சொல்லத் தெரிகிறது.

நவீன காலத்து எழுத்தாளர்கள் இன்னும் ஆழமாகச் சொல்லுகிறார்கள்.

'வார்த்தைகளால் அவள் வனப்பை வருணிக்க முடியாது. வேண்டுமென்றால் அதை வயலினில் வாசித்துக் காட்டலாம். அதுவும் தன் ஆன்மாவை அறிந்திருப்பது போல் அந்தக் கருவியை அறிந்த ஒருவனால் மட்டுமே வாசித்துக் காட்ட முடியும்' என்று தம் கதாநாயகி ரட்டாவை வருணிக்கிறார் மக்ஸிம் கோர்க்கி.

லா.ச.ராமாமிருதம் தம் கதாநாயகியை 'வாசித்தே' காட்டி விடுகிறார். 'வீணையின் ஸ்வரக் கட்டுகளை விருதாவாய் நெருடிக்கொண்டிருக்கையில் திடீரென்று ஒரு வேளையின் பொருத்தத்தால் ஸ்வர ஜாதிகள் புதுவிதமாய்க் கூடி ஓர் அபூர்வ ராகம் ஜனிப்பது போல, அவள் என் வாழ்க்கையில் முன்னும் பின்னுமிலாது முளைத்தாள்' என்று அவரால் மட்டுமே முடிகிற விதத்தில் அவர் சொல்லுகிற போது எதிரே ஒருத்தி அவளுடைய சகல அதியங்களோடும் முன் தோன்றி முறுவலிப்பதைப் பார்க்க முடிகிறது.

புதுக் கவிதையாளர்கள் மூழ்கும் ஆழமோ நம்மைத் திக்குமுக்காடச் செய்கிறது. ஆங்கிலப் புதுக் கவிஞர்

ரோஜர் மக்கோ (Roger Mcgough) தம் காதலியை வருணிக்கிற விதம் பிரமிப்பூட்டுகிறது.

நள்ளிரவுத் தங்க மீனின்
அமைதிக்கு இடையே
பூனையின் நகக்கால் நீ

சாலை விபத்துக்கு
அருகில் கிடக்கும்
பொம்மைக் கரடி நீ!

குழந்தைகளைக் கொல்பவனின்
வாழ்க்கையில்
இழந்த நாள் நீ!

மேகங்கள்
ரத்தத்தை அழுவதற்கு முன்
பூவிதழ் மீதிருக்கும்
பனித்துளி நீ!

முள் கம்பியில் சிக்கிப்
போருக்கு எதிராகக்
கூக்குரலிடும் காற்று நீ!

வங்கி விடுமுறைக் காலையில்
மணலில் படிந்த
முதல் பாதச் சுவடு நீ!

காதலியிடம் - பெண்ணிடம் வசீகரம் மட்டுமா? பயங்கரமும் இருக்கிறது. பேதைமை மட்டுமா? சூழ்ச்சியும் இருக்கிறது. கருணை மட்டுமா? கொடூரமும் இருக்கிறது. நியாயம் மட்டுமா? அநியாயமும் இருக்கிறது. சாதாரணம் மட்டுமா? அதிசயமும் இருக்கிறது. வெளிப்படை மட்டுமா? மர்மமும் இருக்கிறது. அருள் வடியும் உமையும் அவள் தான்; கபால மாலை சூடி கோர நர்த்தனம் ஆடும் காளியும்

அவள்தான்.

மக்கோவின் படிமக் கண்ணாடியை மாட்டிக்கொண்டு பார்த்தால் அவளுடைய குணங்களின் மொத்த வடிவமும் முப்பரிமாணம் கொண்டு சமீபித்து பிரமிப்பூட்டுகிறது.

கவிஞர் இதோடு நிற்பதாக இல்லை. முச்சூத் திணறும் ஆழத்தில் மேலும் மூழ்குகிறார். காதலியை, 'நீ தூரம்' என்கிறார். இப்படிச் சொல்லுகிற புதுமையே நம்மைத் திகைப்பூட்டிச் சிலிர்க்கச் செய்கிறது. எப்படிப்பட்ட தூரம்? அவர் சொல்லுகிறார். இதயத்தைப் பிடித்துக் கொள்ளுங்கள்.

ஹிரோஷிமாவுக்கும் கல்வாரிக்கும்
இடையிலுள்ள தூரம் நீ!
தாயின் முத்தங்களால் அளக்கப்படும் தூரம்.

விபத்துக்கும் தொலைபேசிக் கூண்டுக்கும்
இடையிலுள்ள தூரம் நீ!
இதயத் துடிப்புகளால் அளக்கப்படும் தூரம்.

அதிகாரத்திற்கும் அரசியல்வாதிகளுக்கும்
இடையிலுள்ள தூரம் நீ!
அரைக் கம்பக் கொடிகளால் அளக்கப்படும் தூரம்.

உனக்கும் எனக்கும்
இடையிலுள்ள தூரம் நீ!
கண்ணீரால் அளக்கப்படும் தூரம்!

எளிமையாகத் தெரிகிற பெண் உண்மையில் எவ்வளவு புதிராக இருக்கிறாள்! அருகில் இருப்பதுபோல் தெரிகிறவள் உண்மையில் எவ்வளவு தூரத்தில் இருக்கிறாள்!

உணர்வு ஆழம் காண முடியாத பெருங்கடல். சிலர் அதன் கரையிலேயே நின்று கொண்டு வேடிக்கை

பார்க்கிறார்கள். சிலர் பாதங்களை மட்டும் நனைத்து விளையாடுகிறார்கள். சிலர் படகுகளில் சென்று அதன் மேற்பரப்பில் ஒரு பகுதியை மட்டும் பார்த்துவிட்டு வருகிறார்கள். சிலருக்கு மட்டுமே மூச்சடக்கி அதன் ஆழத்தில் மூழ்கி அற்புதங்களைக் கண்டு சிலிர்க்க முடிகிறது.

புதுக் கவிதை பழைய மரபுக் கவிதையிலிருந்து எப்படி வேறுபடுகிறது? பழைய கவிதையை விடப் புதுக் கவிதை அப்படி என்ன சாதித்து விட்டது? என்று விஷயம் தெரியாமல் கேட்பவர்களுக்கும் விடையாக மக்கோவின் இந்தக் கவிதையைக் காட்டலாம்.

27.2.85

கல்லறை வாசகம்

அவள் அந்தியில் அவிழும் வாடகை மலர். ஒரு நாள் அவளுக்கு ஒரு வினோதமான ஆசை. தன் வாடிக்கையாளர்கள் எல்லோரையும் ஒரு விருந்து வைத்து அழைத்தாள். "நான் இறந்து விட்டால் என் கல்லறையில் பொறித்து வைப்பதற்கு ஒரு வாசகம் வேண்டும்; பொருத்தமாக ஒன்று சொல்லுங்கள்" என்று கேட்டுக் கொண்டாள்.

ஒவ்வொருவராகச் சொன்னார்கள். ஒன்றும் அவளுக்குப் பிடிக்கவில்லை. வெறும் வர்ணம் அடித்த வார்த்தைகள். கடைசியாக இளங் கவிஞன் ஒருவன் எழுந்தான்; சொன்னான்:

இப்போதுதான் இவள்
தனியாகத் தூங்குகிறாள்!

கல்லறை வாசகம் (Epitaph) எழுதும் வழக்கம் கல்லறை அளவுக்குப் பழையது. ஒருவன் மரண தண்டனை அடைந்த பிறகு அவன் வாழ்க்கையைப் பற்றிச் சமுதாயம் அளிக்கும் தீர்ப்பு அது.

சிலர் மரணத்திற்குப் பிறகும் வாழ்கிறார்கள். சிலர் மரணத்தினாலேயே வாழ்கிறார்கள். இத்தகைய வர்களுடைய வாழ்க்கை நீர் மேல் எழுத்தல்ல; கல்மேல் எழுத்து என்று காட்டுவதுபோல உலகம் அவர்கள் புகழைக் கல்லில் எழுதி வைக்கிறது.

மனிதன் தனக்குத் தானே உண்டாக்கிக் கொள்ளும் வெளிச்சம் புகழ். உண்டாக்கிய விளக்கு அணைந்தாலும் இந்த வெளிச்சம் மறைவதில்லை. இந்த அதிசயமான வெளிச்சம் விளக்குகளுக்கு நினைவுச் சின்னம்.

நினைக்கிறவர்களும் ஒருநாள் இறந்து போவார்கள் அல்லவா? அதனால் சாகாத, மறக்காத, கல்லில் புகழைப் பொறித்து வைத்துவிடுகிறார்கள்.

இந்தக் கற்கள் முகவரிகள்; கடிதங்கள் 'கூடு' விட்டுப் போய்விட்ட பிறகும் தங்கிவிடும் முகவரிகள்!

இந்தக் கற்கள் வாய்கள். இவை இறந்தவர்களுக்காகப் பேசுகின்றன; மரணத்தைப் பார்த்துச் சிரிக்கின்றன.

மிகவும் வயதான கல்லறை வாசகங்கள் எகிப்தில் கிடைக்கின்றன. போர்க் களத்தில் வீர மரணம் அடைந்தவர்களுக்கு நடுகல் வைத்து, அதில் அவர்களுடைய பீடும் பெயரும் எழுதும் வழக்கம் தமிழகத்தில் இருந்தது. கிரேக்கர்கள் தங்கள் நாட்டின் புகழ் பெற்ற கல்லறை வாசகங்களைத் தனி நூலாகவே

தொகுத்து வைத்திருக்கிறார்கள். ஆங்கிலேயர்கள் கல்லறை வாசகத்தைத் தனி இலக்கிய வடிவமாகவே வளர்த்துவிட்டனர்.

சுருக்கமாக, நேராக, உண்மையாக இருக்கும் வாசகங்கள்தாம் சிறப்பானவை என்று இலக்கணமே உருவாக்கி விட்டார் ஃபுல்லர் (Fuller). கவிதைக்கும் இதுதானே இலக்கணம். எனவே கவிஞர்களுக்கு இதன் மீது காதல்.

கல்லறைக் கவிதைகள் மரணத்தையும் அழகாக்கி விடுகின்றன; கண்ணீரையும் மதுவாக்கி விடுகின்றன. இலக்கிய உலகில் மரணத்திற்கு வாழ்க்கை தந்த கவிதைகள்தாம் எத்தனை!

வில்லியம் ப்ரௌன் என்ற கவிஞருக்குப் பிரியமானவர் இறந்து விடுகிறார், மே மாதத்தில். இந்தக் கால வழு அவர் கண்களை அதிகமாகக் கசக்குகிறது.

> மே மாதமே! உன்னில்
> எல்லா மலர்களும் மலர்ந்தன
> என் மலர் மட்டும்
> மடிந்து விட்டது!

ஈர்ப்பு விதியை விளக்கிய நியூட்டன் சமாதியில் அலெக்ஸாண்டர் போப் ஏற்றி வைத்த விளக்கு இது:

> இயற்கையும் அதன் விதிகளும்
> இருட்டில் மறைந்திருந்தன.
> 'நியூட்டன் உண்டாகக் கடவது'
> என்றார் தேவன்
> எல்லாம் வெளிச்சமாயிற்று!

தாகேஸ்தான் கவிஞர் ரசூல் கம்ஸதோவ் ஒரு கோழையின் கல்லறைக்காக இப்படி எழுதியிருக்கிறார்:

இங்கே கோழை இறந்து கிடக்கிறான்
கோழைத்தனம் வாழ்ந்துகொண்டிருக்கிறது!

மனிதர்களுக்கு மட்டுமல்ல, நிறுவனங்களுக்கும் சிலர் கல்லறை வாசங்களை எழுதித் தங்கள் ஆத்திரத்தைத் தீர்த்துக்கொண்டிருக்கிறார்கள். தம்மை ஒதுக்கிய பிரெஞ்சுக் கழகத்திற்குக் கற்பனையிலேயே சமாதி கட்டிக் கல்லறை வாசகமும் எழுதிவைத்திருக்கிறார் பிரோன். செத்துப்போனவர்களையும், உயிரே இல்லாத எழுத்துக்களையும் தேடித் தேடிப் பரிசளிக்கும் நிறுவனங்களுக்கு நாமும் கல்லறை வாசகங்களை எழுதினாலென்ன?

உயர்ந்தவன், தாழ்ந்தவன் என்று உளறுகின்ற எல்லோரையும் மண்ணாக்கிச் சமத்துவத்தைப் போதிக்கும் மயானத்தில் கூடச் சிலர் சாதிப் புத்தியைக் காட்டுகிறார்கள் அல்லவா? லண்டனில் இருக்கும் வெஸ்ட்மின்ஸ்டர் ஏபி இத்தகைய மூடமயானங்களில் ஒன்று. மேட்டுக் குடியினர்க்கு மட்டும் இடம் தருவது. தம்மைப்போன்ற ஏழைக் கவிஞர்களுக்கு இடம் தராத அந்த மயானத்தைத் தீண்டத் தகாததாக அருவருக்கிறார் போப்.

வீரர்களே! வேந்தர்களே!
விலகி இருங்கள்
உங்களைப் போன்றவர்களைத் துதிக்காத
ஓர் ஏழைக் கவிஞனை
அமைதியாக உறங்கவிடுங்கள்;
ஹோரேஸ் நாணட்டும்;
வர்ஜிலும் தான்!

தமக்குத் தாமே கல்லறைக் கவிதைகளை எழுதி வைத்துக் கொண்ட கவிஞர்களும் உண்டு. இந்த வரிசையில் ஏட்ஸின் கவிதை அழகானது:

> இது மரணம் அல்ல;
> உலகத்தோடு நான் கொண்ட
> ஊடல்!

கல்லறைக் கவிதைகள் வெறும் அழுமூஞ்சிகள் அல்ல; அவை சிரிப்பும் மூட்டும்; நையாண்டியும் செய்யும்.

பல் குழிகளை நிரப்பும் வைத்தியருக்காகப் பெயர் தெரியாத ஒருவர் எழுதிய வாசகம் இது:

> மெதுவாக நடந்து செல்லுங்கள்!
> பல் வைத்தியர்
> தம் கடைசிக் குழியை
> நிரப்பிக்கொண்டிருக்கிறார்!

ஜான் ட்ரைடன் கல்லறை வாசகத்தை எவ்வளவு மகிழ்ச்சியோடு எழுதுகிறார்! யாருக்கு என்கிறீர்களா? மனைவிக்குத்தான்!

> இங்கே கிடக்கிறாள்
> என் மனைவி
> இங்கேயே கிடக்கட்டும்!
> இப்போது
> அவள் அமைதியாக இருக்கிறாள்;
> நானும் தான்!

ட்ரைடன் மீது பலருக்குப் பொறாமை வரலாம்.

புதைக்கப்பட வேண்டிய பலர் இந்த உலகத்தை நாற அடித்துக் கொண்டு திரிந்துகொண்டிருக்கிறார்கள். அவர்களை ஆத்திரம் தீரப் புதைப்பதற்கும் ஆசை தீரத் திட்டுவதற்கும் கல்லறைக் கவிதைகள் வசதியானவை. நீங்களும் எழுதலாமே!

6.3.85

☆

நட்சத்திர மொழி

தனி மனித உணர்வு, சமூக உணர்வு என்று சிலர் உணர்வுகளிலும் சாதி பிரிக்கின்றனர். உணர்வுகளை இப்படிப் பிரிக்க முடியுமா?

ஒரே கடலைக் கூட நாம் இப்படித்தான் மானசீகக் கோடுகள் வரைந்து, தனித் தனிப் பெயரிட்டுப் பிரித்துப் பேசுகிறோம்.

தனி மனித உணர்வு என்று தனியாக ஒன்று இருக்க முடியுமா? வேண்டுமென்றால் ஆதாமுக்கு இருந்திருக்கலாம் - ஏவாளும் படைக்கப்படுவதற்கு முன்.

சமூக வாழ்வுடைய மனித மனத்தில் மலரும்

உணர்வுகளில் சமூக வாசனை கமழாமல் இருக்கமுடியாது. "மனித உணர்வுகள் சமூக உறவினால்தான் மலர்கின்றன" என்று சொன்னவர் வேறு யாருமல்லர், கார்ல் மார்க்ஸ்தான்.

ஒருவன் அழுகிறான் அல்லது சிரிக்கிறான் என்றால் அந்தக் கண்ணீரையும் சிரிப்பையும் தந்தது சமூகம்தான். உணர்வுகளும் பொதுவுடைமையே.

உணர்வுகள் மனிதர்கள் அனைவருக்கும் பொதுவானவை எனினும் அவை தனி மனிதன் வாயிலாகத்தான் வெளிப்பட முடியும். ஒவ்வொரு மனிதனும் சமூக சமுத்திரத்தின் துளிதான். துளியைச் சுவைப்பவன் சமுத்திரத்தையே சுவைக்கிறான்.

ஒரு தனி மனித உணர்வும், அது மனித உணர்வு என்ற அடிப்படையில் எப்படிப் பொது உணர்வாகிறது என்பதை ரசூல் கம்ஸதோவ் என்ற கவிஞர் விளக்குகிறார்:

> உண்மையான கவிஞன் ஒருவன் ஒரு தனி உணர்வை ஆழமாக வெளிப்படுத்துவதில் வெற்றியடைந்துவிட்டால், விளக்க முடியாத வகையில், அது எல்லா மனிதர்களுக்கும் உரிய பொது உணர்வாகிவிடுகிறது. ஆனால் எல்லா மனிதர்களுக்கும் உரிய உணர்வுகளை ஒரு கவிஞன் வெளிப்படுத்த முனைந்தால், அவனால் தூக்க முடியாத அந்தப் பாறையின் கனத்தில் அவன் நசுங்கிவிடுவான். ஏனெனில் தனி உணர்வுகள் இன்றிப் பொது உணர்வுகள் என்று இருக்க முடியாது.

ரசூல் கம்ஸதோவ் சோவியத் நாட்டின் இன்றைய முன்னணிக் கவிஞர்களுள் ஒருவராக மதிக்கப்படுகிறவர்.

அதனாலேயே இந்தக் கருத்துத் தனி முக்கியத்துவம் பெறுவதற்கு உரியது.

காதலைத் தனி மனித உணர்வாகக் கருதிக் கவிதையிலிருந்து அதை விலக்கச் சொல்லும் காவிகள் சிலர் உள்ளனர். இத்தகைய போலிச் சாமியார்களை ரசூல் அம்பலப்படுத்துகிறார்.

காதல் கவிதைகள் என்றால் இரண்டே இரண்டு படிகள்தாம் அச்சிட வேண்டும் என்று ஒரு பதிப்பாளர் சொன்னாராம்; ரசூல் சொல்கிறார். ஏனென்றால் குறிப்பிட்ட இருவருக்கு மட்டும்தான் அதில் ஈடுபாடு இருக்க முடியும் என்பது அந்த மேதாவியின் கருத்து. அப்படித்தானா?

ரசூல் விளக்குகிறார்: ஆனால் ஆயிரக் கணக்கான ஆண்டுகளாகக் காதலர்கள் காதல் கவிதைகளை எழுதிக் கொண்டும், பதிப்பித்துக்கொண்டும், பாடிக் கொண்டும்தான் இருக்கிறார்கள். அவற்றைப் பல்லாயிரக் கணக்கானவர்கள் ஆர்வத்தோடு படித்துக் கொண்டும், கேட்டுக்கொண்டும், பாடிக் கொண்டும்தான் இருக்கிறார்கள். ஏனென்றால் காதலின் உன்னதமான உணர்வு ஒவ்வொரு உள்ளத்தையும் தொடுகிறது.

போலிச் சாமியார் ஒருவரைப் பற்றிய சுவையான நிகழ்ச்சியை ரசூல் விவரிக்கிறார். பத்திரிகை ஆசிரியர் ஒருவருக்கு ரசூல் காதல் கவிதைகளை அனுப்பி வைத்தார். அந்த ஆசிரியர், "மக்கள் இவற்றைப் படிக்க மாட்டார்கள்" என்று கூறி ரசூலின் கவிதைகளை வெளியிட மறுத்துவிட்டாராம். அந்தக் கவிதைகளை அவருக்குத் திருப்பியும் அனுப்பவில்லை. என்ன செய்தார் என்று கேட்கிறீர்களா? அவற்றை வீட்டுக்கு எடுத்துச் சென்று மனைவியிடம் படித்துக் காட்டி அனுபவித்தாராம்.

ரசூலின் காதல் கவிதைகளைப் படிக்க உங்களுக்கும் ஆசையாக இருக்கிறதா? பரவாயில்லை, வெட்கப்படாமல் சொல்லுங்கள். இதோ ஒரு கவிதை:

> ஒரு கவிஞன்; என் முன்னோன்
> வானத்தில் வட்டமிடும்
> வானவில் சிறகுப் பறவையோடு
> தன் காதலியை ஒப்பிட்டான்.
>
> அந்தப் பாடலைக் கேட்டபின்
> வானவில் பறவையை நோக்கி
> யாரும்
> துப்பாக்கியை உயர்த்துவதில்லை.
>
> இந்தப் புனிதமான
> மலைநாட்டு மரபு
> ஏன் வழக்கிழந்துவிட்டது?
> விதியை மாற்றும்
> கவிஞனின் சொற்கள்
> ஏன் வலிமையை இழந்துவிட்டன?

அந்தப் பறவையைச் சுடுவதை ஏன் நிறுத்தினார்கள்? யாரோ ஒரு கவிஞனுடைய காதலியைப் போன்று இருக்கிறது என்பதாலா? இல்லை; ஒவ்வொருவரும் அந்தப் பறவையிடம் தத்தம் காதலிகளைப் பார்க்கத் தொடங்கிவிட்டனர் என்பதுதான் காரணம். தனி உணர்வு எப்படிப் பொது உணர்வாகிறது என்பதையும், அது எப்படி உயர்ந்த சமூக மரபுகளை உருவாக்குகிறது என்பதையும் ரசூல் எவ்வளவு அழகாகச் சொல்லி விடுகிறார்!

மற்றொரு கவிதை:

> மகிழ்ச்சியே! நில்; எங்கே விரைகிறாய்?
> "காதல் இதயத்திடம்!"
> இளமையே! எங்கே போகிறாய்?

"காதல் இதயத்திடம்!"
வலிமையே! துணிவே! எங்கே போகிறீர்?
"காதல் இதயத்திடம்"
துயரமே! எங்கே விரைகிறாய்?
"காதல் இதயத்திடம்!"

மனிதனின் மகிழ்ச்சி, இளமை, வலிமை, துணிவு, துயரம் ஆகியவை குடியிருக்க விரும்பும் உன்னதமான, நிரந்தரமான இடம் எது என்பதை இந்தக் கவிதை சுட்டிக் காட்டுகிறது அல்லவா?

ரசூல் சோவியத் நாட்டின் குடிமகன்தான். இருந்தாலும் அவர் வாழும் தாகேஸ்தான் தம் கவிதைகளின் தலைமைப் பொருளாக இருக்க வேண்டும் என்று அவர் விரும்புகிறார்.

''கவிஞர்கள் குடிபெயரும் பறவைகள் அல்லர். சொந்த நாடோ, ஊரோ, வீடோ, கணப்போ இல்லாத கவிதை வேர் இல்லாத மரம்; கூடில்லாத பறவை'' என்கிறார் ரசூல்.

ரசூலின் தாய் மொழி அவார். அம்மொழி மீது அவர் காட்டும் பற்று மெய் சிலிர்க்க வைக்கிறது. தாய் மொழியின் மந்திர சக்தியை ஒரு கவிதையில் அவர் இவ்வாறு கூறுகிறார்:

ஒரு கனவில் அவர் குண்டடிபட்டு இறந்து கிடக்கிறார். அந்த இடம் யார் பார்வையும் படாத ஒரு குறுகிய மலையிடுக்கு. யாரோ இருவர் அவ்வழியாகப் பேசிக்கொண்டு போகிறார்கள். அந்தப் பேச்சொலியைக் கேட்டதும் அவருக்குப் போன உயிர் மீண்டு வந்து விடுகிறது. இந்த அற்புதத்தைச் செய்தது வழிப்போக்கர்கள் பேசிச் சென்ற அவ்ார் மொழிதான் என்கிறார் ரசூல்.

தாய்மொழிப் பற்றும் பிறந்த மண் பிரியமும் பரந்த

தேசியத்திற்கு எதிரான குறுகிய உணர்வுகள் என்று சில மூடுண்ட இதயங்கள் முணுமுணுப்பதுண்டு. ரசூலின் கருத்துக்கள் அவர்கள் கண்களையும் இதயங்களையும் திறக்க உதவலாம்.

எழுத்தாளனுக்கு இந்த உலகம் புத்தகமாகப்படுவதில் வியப்பு இல்லை. ரசூலுக்கு இந்த உலகம் ஒரு கையெழுத்துப் பிரதியாகத் தோன்றுகிறது. அதுவும் எத்தகைய பிரதி?

இந்த உலகம்
ஒரு கையெழுத்துப் பிரதி
அங்கே அத்தியாயங்களுக்குச்
சில தவறான தலைப்புக்கள்
சில அத்தியாயங்களில்
பெரும் பழிகள்;
பிழைகள் திருத்தப்படுமா?
நல்ல பிரதிகள் எழுதப்படுமா?

ரசூல் மட்டுமா? நாமும்தான் கேட்கிறோம். பிழைகளை எப்படித் திருத்துவது? பேனாவை மாற்றினால் பிழைகளைத் திருத்தலாம் என்று சிலர் நம்புகிறார்கள். மையை மாற்றினால் திருத்தலாம் என்று சிலர் நம்புகிறார்கள். மையையும் பேனாவையும் மாற்றினால் பிழைகள் திருந்திவிடுமா? கையை அல்லவா மாற்ற வேண்டும்?

கவிதைகளில் சொற்கள் எப்படி அமைய வேண்டும் என்பதை ரசூல் ஒரு கவிதையில் அழகாகச் சொல்கிறார்:

நான் சொல்லுக்குக்
குற்றவேல் செய்வதில்லை
அதைப்
பிச்சை கேட்பதில்லை.

தூண்டாமல் அழைக்காமல்
அது தானே வரவேண்டும்
ஒரு கண்ணீர்த் துளியைப் போல்.

காத்திருக்கும் கவிதைகளிடம்
அது எதிர்பாராமல் வரவேண்டும்
அறிவிக்காமல் வந்து நிற்கும்
நெடுநாள் நண்பனைப் போல்.

ரசூலின் கவிதைகளில் மனித நேயம் ததும்பி வழிகிறது. அவருடைய கவிதைகள் வேலிகளையும் சுவர்களையும் தகர்த்து விட்டு மனித குலத்தை அன்போடு அணைத்துக் கொள்கின்றன.

தொலைவில் மின்னும்
நட்சத்திரங்களை அடைய
ஏவுகலங்களை அனுப்புகிறோம்

மக்களே! நீங்கள்
உன்னதமான நட்சத்திரங்கள்
உங்களை அடைய வேண்டும் என்பதே
என் தணியாத ஆசை!

என்று தம் கவிதைகளின் இலட்சியத்தைப் புலப்படுத்துகிறார் ரசூல்.

ரசூலின் பார்வையில் மனிதர்கள் பூமியின் நட்சத்திரங்களாகவே தெரிகிறார்கள். "நமது கிரகத்தின் மக்கள், நட்சத்திரம் மற்றொரு நட்சத்திரத்திடம் பேசுவது போல் பேசிக்கொள்ள வேண்டும். ஒருவர் மற்றவரைக் கண் சிமிட்டி அழைத்து ஒளியையும் இதத்தையும் பரிசாகத் தரவேண்டும் - நட்சத்திரங்களைப் போல" என்று ரசூல் ஆசைப்படுகிறார். எவ்வளவு அழகான ஆசை!

27.3.85

☆

கடுங்காப்பி

உலகங்கள் இரண்டு. ஒன்று, அழுக்குப்படாத வெள்ளைச் சட்டைக்காரர்கள் காட்டும் அதிகார பூர்வ உலகம். மற்றொன்று, உண்மையான உலகம். இந்த உண்மையான உலகத்தின் பிரதிநிதியாக, 1930களில் பிரான்ஸில் உரத்த குரல் எழுப்பியவர் ப்ரெவர்ட் (Prevert).

மனிதன் மகிழ்வதற்காகப் பிறந்தவன். ஆனால் அந்த மகிழ்ச்சியை அவன் அடைந்து விடாமல் தடுக்க நிரந்தரச் சதி நடந்து கொண்டே இருக்கிறது. யார் அந்தச் சதிகாரர்கள்? சிம்மாசனங்களில், நீதி மன்றங்களில், சமய பீடங்களில், கல்விக் கூடங்களில் அமர்ந்துகொண்டு உதடு வேர்க்காமல் திருவாய் மலர்ந்தருளும் ஆஷாட பூதிப் பூனைகள். ப்ரெவர்ட்டின் கவிதைகள் இந்த

'வில்லன்'களின் கதாநாயக முகமூடிகளை ஆத்திரத்தோடு கிழித்தெறிகின்றன.

மனிதனுக்கு மகிழ்ச்சியை விற்பதற்குத்தான் இந்த உலகத்தில் எத்தனை கடைகள்! தங்கள் 'பிராண்ட்' மகிழ்ச்சிதான் தரமானது என்ற விளம்பரங்கள் வேறு.

சுவாசத்திற்குத் தங்கள் காற்றுதான் சுத்தமானது என்று வாதாடும் துருத்திகள்; தாகத்தைத் தங்களால்தான் தணிக்க முடியும் என்று அடம்பிடிக்கும் கானல் நீர்கள்; உதடுகளில் தங்களால் தான் புன்னகையைச் செதுக்க முடியும் என்று உரிமை கொண்டாடும் உளிகள்; பாவம், மனிதன்!

ப்ரெவர்ட்டின் கவிதைகள் புத்திசாலியான போக்கிரிப் பையன்கள். அவை போலிகளைக் கேலி செய்கின்றன. நாகரிகத்தின் அநாகரிகத்தை நையாண்டி செய்கின்றன. மேக வேஷம் போடும் புகையைப் பார்த்துக் கைகொட்டிச் சிரிக்கின்றன.

ப்ரெவர்ட்டின் கவிதைகளில் புகழ் பெற்ற ஒன்று 'ஒரு பறவையின் சித்திரத்தை வரைவதற்கு' என்ற கவிதை. செயற்கையை ஆராதித்துச் சீரழியும் உலகத்தைக் கேலி செய்கிறது இந்தக் கவிதை.

> முதலில் ஒரு கூண்டை வரை
> திறந்த கதவோடு;
> பிறகு இந்தப் பறவைக்கு
> ஏதாவது இனிமையாக
> ஏதாவது எளிமையாக
> ஏதாவது உபயோகமாக
> வரை...
>
> பிறகு திரைச் சீலையை
> ஒரு தோட்டத்தில்
> அல்லது ஒரு காட்டில்

ஒரு மரத்திற்கு எதிரில் வை;
மரத்திற்குப் பின்னால்
ஒளிந்து கொள்;
பேசாமல்
அசையாமல்...
சில சமயங்களில் பறவை
சீக்கிரமே வந்துவிடும்
சில சமயங்களில் அது முடிவெடுக்கப்
பல ஆண்டுகள் ஆனாலும் ஆகலாம்
சோர்வடைந்து விடாதே
காத்திரு
தேவையானால்
நெடுங்காலம் காத்திரு.
பறவை விரைந்து வருவதோ
மெல்ல வருவதோ
படத்தின் வெற்றியைப்
பொறுத்ததல்ல
பறவை வரும்போது-
அப்படி வந்தால்
ஆழ்ந்த மௌனத்தோடு இரு
அது உள்ளே நுழைந்ததும்
தூரிகையால்
கதவை மெல்ல மூடு
பிறகு ஒவ்வொன்றாக
எல்லாக் கம்பிகளையும்
வர்ணத்தால் அழி
பறவையின் எந்த இறகிலும்
பட்டுவிடாதபடி... ஜாக்கிரதையாக;
பிறகு மரத்தின் சித்திரத்தை வரை
பறவைக்காக
மிக அழகான கிளைகளாகத்
தேர்ந்தெடுத்து...

பச்சை இலைகள்
காற்றின் புதுமை
சூரியப் புழுதி
கோடை வெப்பத்தில்
பூச்சிகளின் ஒலி
இவைகளையும் வரை
பிறகு பறவை பாடுவதற்குத்
தீர்மானிக்கும் வரை காத்திரு
பறவை பாடவில்லை என்றால்
கெட்ட குறிதான்
சித்திரம் மோசமானது
என்பதற்கான குறி
அது பாடினால்
நல்ல குறி
நீ கையெழுத்து இடலாம்
என்பதற்கான குறி
எனவே
பறவையின் இறகுகளில் ஒன்றை
மிக மெதுவாகப் பிடுங்கு
சித்திரத்தின் ஒரு மூலையில்
உன் பெயரை எழுது.

சுதந்திரமான ஆன்மப் பறவையை அடைத்து வைப்பதற்குத்தான் இந்த உலகில் எத்தனை வகைக் கூண்டுகள்! அதைப் பிடிப்பதும் அவ்வளவு சுலபமா? அதை ஏமாற்ற அழகான கிளைகளை, இலைகளைக் காட்டலாம்; ஓவியத்தில்தான். ஆனால் புத்தம் புதிய காற்றை, ஒளியை, பூச்சிகளின் ஒலியை எப்படி வரைய முடியும்?

எல்லையற்ற வானத்தில் இச்சைப்படி பறந்து திரியும் சுதந்திரம், காற்றுக் கடலில் கவலையற்று நீந்தும் பரவசம், உயரத்தில் பறக்கும் உல்லாசமான கர்வம்

இவை அல்லவா பறவையிடம் பாட்டாகப் பொங்கி வழிகின்றன! இவற்றை இழந்து விட்டால் பாட்டு ஏது? அப்படியே பாடினாலும் அந்தப் பாட்டுக்குச் சிறகு இருக்குமா?

பாடும் 'பறவைக'ளை ஏமாற்றிப் பிடித்து வைக்க முயலும் புத்திசாலிகளையும், அவர்கள் சூழ்ச்சியில் சில நேரங்களில் ஏமாறிச் சிக்கிக் கொள்ளும் அசட்டுப் பறவைகளையும் ப்ரெவர்ட் எவ்வளவு அழகாகக் கேலி செய்கிறார்.

கேலி செய்வதற்கு மட்டுமல்ல குத்திக் காட்டவும் ப்ரெவர்ட்டுக்குத் தெரியும். 'சோம்பல் காலை' என்ற அவருடைய கவிதை ஒரு குற்றவாளி எப்படி உருவாகிறான் என்பதை அற்புதமாகப் படம் பிடித்துக் காட்டுகிறது.

> பயங்கரமானது,
> உணவுக் கடை முகப்பில்
> வெந்த முட்டை உடையும்
> மெல்லிய ஓசை;
> பசித்த மனிதனின் நினைவைக்
> கிண்டிக் கிளறும் போது
> அந்த ஓசை பயங்கரமானது;
> அந்த மனிதனின் தலையும்
> பயங்கரமானது;
> காலை ஆறு மணிக்கு
> ஒரு பெரிய கடையின் கண்ணாடியில்
> தன்னைத் தானே பார்க்கும்போது
> பசித்த மனிதனின் தலை
> பயங்கரமானது.
> புழுதி வர்ணத் தலை.
> ஆனாலும் கடைச் சன்னலில்
> அவன் பார்ப்பது

அவனுடைய தலை அல்ல;
அவன் தலையைப் பற்றி
அவன் அக்கறைப்படுவதில்லை;
அவன் கனவு காண்பது
மற்றொரு - தலையை;
உதாரணமாக
ஒரு கன்றின் தலை;
புளிக் காடியோடு.
அல்லது எதனுடைய தலையாவது
சாப்பிடும்படியாக.
அவன் தன் தாடையை
மெதுவாக அசைக்கிறான்.
பற்களை மெதுவாக அரைக்கிறான்.
ஏனென்றால்
தலையை வாங்க
உலகம் காசு தருகிறது.
இந்த உலகத்திற்கு எதிராக
அவனால் ஒன்றும் செய்ய முடியாது.
ஒன்று இரண்டு மூன்று,
அவன் விரல்களால் எண்ணுகிறான்.
ஒன்று இரண்டு மூன்று-
அதாவது அவன் சாப்பிட்டு
மூன்று நாட்களாகி விட்டன.
மூன்று நாட்களை
தனக்கே மீண்டும் மீண்டும்
திருப்புவதில் பயனில்லை.
அது நீடிக்காது;
அது நீடிக்கிறது.
மூன்று பகல்கள்
மூன்று இரவுகள்
சாப்பிடாமல்...
இந்தச் சன்னல் கண்ணாடிகளுக்குப்

பின்னால்
புட்டிகளில் செத்த மீன்கள்-
பாத்திரங்களின் பாதுகாப்பில்;
பாத்திரங்கள்
சன்னல் கண்ணாடியின் பாதுகாப்பில்;
சன்னல் கண்ணாடிகள்
காவலர்களின் பாதுகாப்பில்;
காவலர்கள்
பயத்தின் பாதுகாப்பில்;
மகிழ்ச்சியற்ற
ஆறு பதன மீன்களுக்குக் காவல்...
கொஞ்சம் தள்ளிக் காப்பிக் கடையில்
பாலேட்டோடு காப்பியும்
சுடச் சுடப் பலகாரமும்;
அந்த மனிதன் தள்ளாடுகிறான்.
அவன் தலைக்குள்
வார்த்தைகளின் மூட்டம்;
வார்த்தைகளின் குழப்பம்.
சாப்பிட மீன்கள்,
வெந்த முட்டை, பாலேட்டோடு காப்பி;
Coffee with Cream
Coffee with Cream
Coffee with Crime;
ரத்தம் கலந்து...
அக்கம் பக்கத்தில்
மிகவும் மதிக்கப்பட்ட ஒரு மனிதன்
கழுத்து அறுக்கப்படுகிறான்.
கொலைகாரன் அவனிடமிருந்து
இரண்டு ரூபாய் திருடினான்.
இரண்டு ரூபாய்,
அல்லது ஒரு நீர் கலந்த காப்பி.
அறுபத்தைந்து காசு,

இரண்டு ரொட்டித் துண்டும் வெண்ணெயும்;
'டிப்'புக்காக இருபத்தைந்து காசு.
பயங்கரமானது.
உணவுக் கடை முகப்பில்
வெந்த முட்டை உடையும்
மெல்லிய ஓசை.
பசித்த மனிதனின் நினைவைக்
கிண்டிக் கிளறும் போது
அந்த ஓசை பயங்கரமானது.

'பசி வந்தால் பத்தும் பறந்துபோம்' என்று சொன்னால் அது கவிதை அல்ல; ஒரு கருத்து: கச்சாப் பொருள். அது இதயத்தில் எந்த அலையையும் எழுப்பாது. இந்த கச்சாப் பொருளைக் கலைப் படைப்பாக்குவதற்குத் திறமை வேண்டும். ப்ரெவர்ட்டிடம் அது நிறைய இருக்கிறது.

உள்ளடக்கம் கச்சாப் பொருள்தான். உயர்ந்த கச்சாப் பொருள் என்பதனாலேயே ஒன்று கலைப்படைப்பாகிவிடாது. அதற்கு உருவம் தரத் தெரிந்தவனிடம்தான் அது மதிப்பை அடையும்.

நீதி மன்றங்கள் குற்றவாளியைத்தான் விசாரிக்கின்றன; குற்றங்களை அல்ல. குற்றவாளியைத் தான் தண்டிக்கின்றன; குற்றம் செய்யத் தூண்டிய சமூகச் சூழலை அல்ல. ப்ரெவர்ட்டின் கவிதையோ இந்தச் சமூகச் சூழலுக்காக நம்மை வருத்தப்பட, வெட்கப்பட, பிறகு கோபப்பட வைக்கிறது. ஒரு நல்ல கவிதை செயலாற்றும் விதம் இதுதான்.

இந்தக் கலையின் நுணுக்கம் பலருக்குத் தெரிவதில்லை. 'பார்த்தீர்களா சமூகத்தின் கொடுமையை, இதை விட்டு வைக்கலாமா? புரட்சிக் கனல்களே! புறப்படுங்கள்' என்று வீராவேசப் பிரசங்கம் செய்வார்கள் சிலர். நமக்கு எரிச்சல் வரும். சமூகத்தின் மீதல்ல; இவர்களின் மீது.

வாசகன் முட்டாள் அல்ல. அவனுக்குப் பாடம் போதிப்பதும், உபதேசம் செய்வதும் எரிச்சல் மூட்டக் கூடியவை. எழுப்ப வேண்டிய உணர்வுகளை எழுப்பி விட்டால் போதும் அந்த உணர்வுகளே அவனைத் தயாரித்து விடும்.

ப்ரெவர்ட்டின் நடையைக் கவனித்தீர்களா? நமக்கு நெருக்கமான நண்பர், நம் தோள் மீது கை போட்டு உணர்ச்சி நிறைந்த குரலில் உரையாடுவது போலில்லை? ப்ரெவர்ட்டின் பாணி இது.

ப்ரெவர்ட்டுக்குக் கேமராக் கண்கள். ஒவ்வொரு கவிதையும் வார்த்தைச் சுருளில் எடுத்த திரைப்படம். திரையை விட்டு மறையாத படம். 'நவீன பிரெஞ்சுக் கவிதையின் பிக்காஸோ' என்று ப்ரெவர்ட் பாராட்டப்படுகிறார்.

10.4.85

☆